அகவரிகள்

வாழ்க்கை திசைகாட்டி

பாகம்: 1

சுப்ரமண்ய செல்வா

INDIA • SINGAPORE • MALAYSIA

Notion Press Media Pvt Ltd

No. 50, Chettiyar Agaram Main Road,
Vanagaram, Chennai, Tamil Nadu – 600 095

First Published by Notion Press 2021

ISBN 978-1-63940-479-7

அகவரிகள் பற்றி...

ஒருபுறம் இயந்திரம், மறுபுறம் மிருகம். அதுதான் மனிதம். தராசின் ஆடும் முள்தான் வாழ்க்கை. முள்ளை மனிதத்திலேயே, அதன் ஒப்பீட்டு பக்கத்திலேயாவது நிறுத்தினால் பிழைத்தோம். சுப்ரமண்ய செல்வா நிறுத்துகிறார். நம்மைத் தூக்கி நிறுத்துகிறார். ஒவ்வொரு நாளும், வேளையும், நம்மை தட்டிக்கொடுத்து, சுட்டிக்காட்டி, எடுத்துக்கூறி... தினமும் காலையில், பணிப்பளுவில் மறந்துவிட்டால், நாளில் ஏதோ ஒரு வேளையில் அவரைப் படிப்பேன். குழப்பாமல், எளிமையாக நிறுத்துகிறார் என்பதே அவர் சிறப்பு. அவருடன் தொடர்புக்கு, எனக்கு மாணவப் பருவத்திலிருந்து தகவல் தரவு இருக்கிறது. சரிதான், இன்றும் அவரை வாசிக்கும்போது என்னை மாணவனாக உணர்கிறேன்.

Hon. Mano Ganeshan | Member of Parliament /
Former Minister | Colombo - Sri Lanka

என்னை வந்தடையும் உங்கள் அகவரிகள் சகமனிதர்கள் மீதான உங்களுடைய பேரன்பின் வெளிப்பாடு. வாசிக்கும் வாய்ப்பு கிட்டும் அனைவருக்கும் அது அகத்தூண்டுதலை அளித்து அவர்களுடைய வாழ்க்கையை அர்த்தமுள்ளதாக

அமைத்துக்கொள்ள உதவும் என்பதில் எவ்வித ஐயமும் இல்லை. வாழ்த்துகள்.

Dr. Dhanasekar | Salem - India

தங்களுடைய பதிவுகள் மனித மன ஓட்டங்களை, எண்ணங்களை பிரதிபலிக்கின்றன. அவை என்னை நிதானித்து திரும்பிப் பார்க்க வைக்கின்றன. எனக்கு புதிய உத்வேகத்தை கொடுக்கின்றன. மிக்க நன்றி.

S. Thanabalan | Chennai - India

சிறிய, சிந்திக்க வைக்கும் பதிவுகள்தான் காலத்தின் தேவை. அகவரிகள் அதனைக் கச்சிதமாக நிறைவேற்றுகிறது.

Mrs. Vasanthy Thayabaran | Colombo - Sri Lanka

தமிழ் மேல் ஈடுபாடு கொண்ட அல்லது தமிழ் மேல் ஆர்வம் கொண்ட என் போன்றவர்களுக்கு செல்வா ஒரு பலாச்சுளை. அந்த பலாச்சுளையில் அப்படி என்னதான் இருக்கிறது என்று அறிந்துகொள்ள சிறு அவகாசமெடுத்து அவரது ஆக்கங்களை அசைபோடுங்கள்; அசந்துவிடுவீர்கள்!

A.H.M. Iqbal | Colombo - Sri Lanka

நண்பரே! உங்கள் பதிவுகள் எனது நாளை உற்சாகத்துடனும் நம்பிக்கையுடனும் எதிர்கொள்ள உதவுகின்றன. நன்றி. தொடரட்டும் உங்கள் இந்த மானுடப் பணி.

Mogan Mathias | Paris - France

பெரும்பாலோர் மனம் தளர்ந்திருக்கும் இந்தப் பெருந்தொற்றுக் காலத்தில் உங்கள் வரிகள் உற்சாகமும் வாழ்க்கை மீதான நம்பிக்கையையும் தருகின்றன. இந்நூல் பலருடைய வாழ்வில் நிச்சயம் ஒளியூட்டும். வாழ்த்துகள்!

K. Chandrasekaran | Toronto - Canada

அழகிய தமிழில் பதிவிடப்படும் தங்களுடைய அகவரிகள் மீண்டும் மீண்டும் வாசிக்கவும், சிந்திக்கவும் தூண்டுகின்றன. அவற்றின் தொகுப்பான இந்த நூல் வாசிக்கும் அனைவருக்கும் நிச்சயம் பயன்மிக்கதாக இருக்கும்.

G. Srinivasan | Doha - Qatar

சுப்ரமண்ய செல்வா அவர்களின் 'அகவரிகள் - பாகம் 1' நேர்மறை சிந்தனைகளும், அகத்தூண்டுதல் அளிக்கும் அற்புத கருத்துகளும் நிறைந்த ஒரு அறிவுக் கருவூலம். அது இந்த வேகமான உலகில் ஓடிக்கொண்டிருக்கும் உங்களை சற்று நிறுத்தி வாழ்க்கையைப் பற்றி சிந்திக்க வைக்கும்; வாழ்க்கையின் அர்த்தத்தையும், அதனை முழுமையாக வாழ வேண்டியதன் அவசியத்தையும் உணர்த்தும். மகத்தான சிந்தனைகளின் தொகுப்பான இந்த நூலை பரிந்துரைப்பதில் பெருமகிழ்ச்சியடைகிறேன்.

Kandasami Paramaguru | Riyadh - Saudi Arabia

உங்களுடைய வலைப்பதிவுகள் உடனடி ஊக்கம் அளிக்க வல்லவை என்றால் அது மிகையாகாது. காலவோட்டத்தில் நாம் மறந்துவிட்ட ஆனால் மறக்கக் கூடாத பல வாழ்வியல்

விழுமியங்களை எமக்கு நினைவூட்டி அவற்றின் மதிப்பை உணர்த்துகிற உங்கள் பதிவுகளுக்கு மிக்க நன்றி. தொடரட்டும் உங்களுடைய இந்த அற்புத சமூகப்பணி.

D. Manohararanjan | Dubai - U.A.E.

உங்கள் பதிவுகள் அனைத்தும் தனிமனித வாழ்க்கை நெறிகள் மற்றும் வாழ்க்கை முன்னேற்றம் என்பவற்றை சார்ந்து அமைத்துள்ளன. வழிநடத்தல் என்பது மிகவும் முக்கியமானது. உங்கள் பதிவுகள் எங்களை சரியான வாழ்க்கைப் பாதையில் வழிநடத்துகின்றன. நன்றி.

Krishanamoorthy Rajkannan | Kuala Lumpur - Malaysia

என் வரிகள்...

கடமை என்றால் என்ன? சமுதாயத்திலிருந்து நாம் பெற்றக் கடனை திருப்பி செலுத்துவதே கடமை (கடன்+மை) என்கிறார் தத்துவஞானி வேதாத்திரி மகரிஷி.

உண்மைதான். உண்ணும் உணவு, அணியும் ஆடை, உறையும் வீடு, கற்ற கல்வி, பெற்ற அனுபவம் என எத்தனை எத்தனை கடன்! இவற்றில் பெரும்பாலானவற்றை நாம் பணம் கொடுத்தே பெற்றாலும், இவற்றை எம்மால் உருவாக்கிக்கொள்ள முடியாது எனும்போது, அவற்றிற்கு பின்னால் இருக்கும் மனிதர்களின் உழைப்புக்கு நாம் கொடுக்கும் பணம் ஈடாவதில்லை. பிறந்ததிலிருந்து இன்று வரை பெற்றோர், உறவுகள், நண்பர்கள், ஆசிரியர்கள், இன்னும் எத்தனையெத்தனை முகம் தெரிந்த, தெரியாத மனிதர்களின் உருவாக்கம் நான் என எண்ணும்பொழுது மலைப்புக்கும் மேலான பேருணர்வொன்று என்னை ஆட்கொள்கிறது. நெஞ்சமெங்கும் நன்றி பெருக்கெடுக்கிறது.

எப்படி இந்தக் கடனை அடைப்பேன்?

நிதி மிகுந்தவர் பொற்குவை தாரீர்; நிதி குறைந்தவர் காசுகள் தாரீர்; அதுவுமற்றவர் வாய்ச்சொல் அருளீர்

என்கிறார் பாரதி. அந்த வாய்ச்சொல் அருளும் (பகிரும்) முயற்சியே எனது முகநூல் பதிவுகள் மற்றும் கட்டுரைகளின் தொகுப்பான இந்த நூல்.

இது தருதல்-பெறுதல் அல்ல; பகிர்தல். என்னைச் செதுக்கிய சிந்தனைகளை உங்களோடு பகிர்ந்துகொள்கிறேன்; அவை உங்களையும் செதுக்கும் எனும் நம்பிக்கையில்.

இதிலுள்ள கட்டுரைகளை பிரசுரித்த வீரகேசரி வாரவெளியீடு மற்றும் தினகரன் வாரமஞ்சரி இதழ்களுக்கும், பிழை திருத்தி உதவிய நண்பர் அய்யப்ப மாதவன் அவர்களுக்கும், இதனை நூலுருவில் வெளியிடுகின்ற Notion Press Publishing நிறுவனத்திற்கும் எனது நன்றியைத் தெரிவித்துக்கொள்கிறேன்.

என்றும் அன்புடன்

உங்கள்

சுப்ரமண்ய செல்வா

சென்னை / வைகாசி 2021

Blog: http://agavarigal.blogspot.com/

Facebook: https://www.facebook.com/SubrmanyaSelva/

YouTube: https://youtube.com/c/SubramanyaSelva

அன்பு அம்மாவுக்கு...

அகத்துள்ளே...

முகநூல் பதிவுகள்

மழை பொழிவது பூமி தன்னைப் புகழ வேண்டும் என்பதற்காக அல்ல. நன்றியை எதிர்பார்த்தும் அல்ல. மழையின் இயல்பு பொழிவது. பசுந்தரை அதனைப் பயன்படுத்தி தன்னை வளப்படுத்திக்கொள்கிறது. பாறைகளுக்கு அது சாத்தியமாவதில்லை. ஆனால் மழை அதைப் பற்றி கவலைப்படுவதில்லை. அது தன் போக்கில் பெய்துகொண்டே போகிறது. மழை போன்ற மாந்தராய் வாழ்தல் மகத்தான பேறு!

02.10.2020

“எவரும் தங்கள் அழுக்கு மிகுந்த பாதங்களுடன் என் மனதினுள் நடந்துச் செல்ல நான் அனுமதிக்க மாட்டேன்.”

– மகாத்மா காந்தி

நம் குடும்பத்தில் ஒருவரேயானாலும் தமது சகதிக் கால்களுடன் நமது வீட்டில் நடமாட அவரை அனுமதிப்போமா? நம் நுழைவாசல் திறந்தே கிடந்தாலும் அயலவர் உள்நுழைந்து தங்கள் குப்பையைக் கொட்டிச் சென்றால் விட்டுவிடுவோமா? பிறகு எப்படி பிறரால் நம் மனது பாதிக்கப்படுவதை அனுமதிக்கிறோம்? நம்மை கோபமூட்டுபவர்கள், கவலைக்குள்ளாக்குபவர்கள் தங்கள் வேலையை முடித்துவிட்டுப் போய்க்கொண்டே இருப்பார்கள். நாம் உணர்ச்சிவசப்பட்டு நம் மனதையும், உடலையும் கெடுத்துக்கொண்டு இருக்கிறோம். காரணம் நாம் எப்பொழுதும் எதிர்வினை (reactive) ஆற்றுபவர்களாக இருக்கிறோம். ஒருவர் எவ்வளவு நெருக்கமானவராக இருந்தாலும் அவருடைய பேச்சின், செயலின் உள்நோக்கத்தைப் புரிந்து கொள்ளும் அளவுக்கு மனமுதிர்ச்சி (maturity) பெற்றவர்களாக இருந்தால் நாம் நேர்வினை (proactive) ஆற்றுபவர்களாக இருப்போம். புறச் சூழ்நிலைகளால் பிற மனிதர்களால் பாதிக்கப்படாத மனநிலை பெரும் வரம்.

17.10.2020

வாழ்க்கைத் தொடருந்தின் நெடும்பயணம்

வாழ்க்கை என்பது நித்தியத் தொடருந்துப் பயணம். நீங்கள் ஒரு நிறுத்தத்தில் ஏறுகிறீர்கள். அது உங்கள் ஜனனம். உங்கள் பயணம் தொடங்குகிறது. உங்கள் பெட்டியிலுள்ள மற்றவர்களுடன் நீங்கள் தொடர்புகொள்ளத் தொடங்குகிறீர்கள். அவர்கள் உங்கள் உறவினர்கள் ஆகிறார்கள். அடுத்து வருகின்ற நிறுத்தங்களில் சிலர் இறங்குகிறார்கள். சிலர் பயணத்தை முடித்துக்கொள்கிறார்கள். அவர்களின் பிரிவால் நீங்கள் துயருறுகிறீர்கள். சில நிறுத்தங்களில் புதிதாக சிலர் உங்கள் பெட்டியில் இணைகிறார்கள். நீங்கள் அவர்கள் வருகையை கொண்டாடுகிறீர்கள். சிலர் உங்கள் பெட்டியிலிருந்து வேறு பெட்டிக்குச் செல்வார்கள். சிலர் வேறு பெட்டியிலிருந்து உங்கள் பெட்டிக்கு வருவார்கள். உறவுகள் பிரியும். புதிய உறவுகள் துளிர்க்கும். கூட்டலும் கழித்தலும் இந்தப் பயணத்தில் தவிர்க்க முடியாதவை. நீங்கள் பெட்டியிலிருந்து இறங்குகிற, பயணத்தை முடித்துக்கொள்கிற காலம் வரும். அது உங்கள் மரணம். ஆயினும் பயணம் தொடரும். அது உங்களுக்கு முன் தொடங்கிய பயணம். உங்களுக்குப் பின்னும் தொடரும். அது சாசுவதமான பயணம். நீங்கள் உங்கள் இந்த உருவில், இந்த பெயரில் மேற்கொண்டது ஒரு குறும்பயணம். நீங்கள் தனியாக வந்தீர்கள். தனியாகவே விட்டுச் செல்வீர்கள். இடையில் நீங்கள் உங்களுடைய

இணைப் பயணிகள் அனைவரும் உங்களுடைய ஒரு பகுதியாக எப்பொழுதும் இருக்க வேண்டும் என்று ஆசைப்படுகிறீர்கள். அதுவே உங்கள் இடைவிடாத போராட்டம்.

ஆங்கிலத்தில்: மஹாத்ரியா

தமிழில்: சுப்ரமண்ய செல்வா

15.01.2021

நான் வேறு... நீ வேறு...

இன்னொருவராக நம்மால் எந்நாளும் வாழ முடியாது. நீயாக எப்படி இருப்பதென்று எனக்குத் தெரியாது. நானாக எப்படி இருப்பதென்று உனக்குத் தெரியாது. ஒருவரிடம் நாம் தினமும் உறவாடுகிறோம் என்பதனாலேயே அவரைப் புரிந்துகொள்ளலாம் என்பது மடமை. உனது கனவுகளை நான் காண முடியாது. உனது பயங்களுக்கு நான் முகங்கொடுக்க முடியாது. இந்த உண்மையின் வெளிச்சத்தில் நமது கற்பிதங்கள் அனைத்தும் அர்த்தமற்றதாகி விடுகின்றன. நாம் மாற்றவராக வாழ முயலுவதற்கு பதிலாக ஒருவருக்கு ஒருவர் துணையாக இருக்கலாம். ஒருவருக்கொருவர் உதவலாம். உதவி கேட்டுப் பெறலாம். உண்மையில் உதவி கேட்பதென்பது பலம்; பலவீனமன்று. நமது வெற்றி பலரது பங்களிப்பின் பலன். அதுபோல் மற்றவர் வெற்றியில் நமது பங்களிப்பைச் செய்யலாம். பிறர் காலணியில் நம்மை புகுத்திக்கொள்ள முடியாது. ஆனால் அன்பு, கருணை, புரிந்துணர்வுடன் கைகோர்த்து இணையாக பயணிக்கலாம்.

மூலம்: TedTalkல் Michele L. Sullivan

தமிழாக்கம்: சுப்ரமண்ய செல்வா

(முடிந்தால் இந்த காணொளியை முழுவதுமாக பாருங்கள்: https://youtu.be/akiQuyhXR8o

16.01.2021

நம்மைச் சூழ்ந்த உலகங்கள்

ஒரு உலகிலா வாழுகிறோம் நாம்? உலகின் ஜனத்தொகை 700 கோடி எனில் உண்மையில் நாம் 700 கோடி உலகங்களில் வாழுகிறோம். ஒவ்வொருவருக்கென்றும் தனித்தனி உலகம். வேறு எவரும் நுழைய முடியாத நமக்கே நமக்கான உலகம். அந்த உலகம் ஒருவர் தான் பிறந்த இடம், வளர்ந்த சூழல், கற்ற கல்வி, பெற்ற அனுபவம் எனப் பலவிதக் கலவைகளால் வடிவமைக்கப்பட்டது. உவகை, அழுகை, புனிதம், அசிங்கம், அமைதி, ஆரவாரம், அச்சம், கவலை, கண்ணீர் முதலிய உணர்ச்சிகள் உறைகின்ற அந்தரங்கச் சுரங்கம் அது. அது எவ்வளவு தனித்துவமானது எனில் ஒருவருடைய உலகத்தினுள் இன்னொருவர் தன் கனவிலும்கூட பிரவேசிக்க முடியாது. ஆயினும் நாம், நம் உலகைச் சுற்றி அமைத்துக்கொண்டுள்ள இரும்புக் கம்பிகளை புதுப்பித்துக்கொண்டே, அடுத்தவர் உலகத்தினுள் அத்துமீறி நுழைய முயற்சித்துக் கொண்டே இருக்கிறோம். அதுவும் ஒரு வகை வன்முறையே. இருமனம் இணைந்த இல்லத்துணையின் உலகத்தில்கூட ஒருவரால் உள்நுழைய முடியாது என்பதே யதார்த்தம். என்ன செய்யலாம்? மற்றவர் உலகை மனமுவந்து ஏற்றுக்கொள்ளலாம். நம் சுயம் இழக்காது, மற்றவரின் சுயம் சிதைக்காது உறவுக் கரம்

நீட்டித் தொடர்புகொள்ளலாம். பரஸ்பர அங்கீகாரம், மதிப்பின் மூலமே உறவுகள் நிலைபெறும். முரண்கள் தொலைந்து முழு அமைதி சாத்தியமாகும்.

17.01.2021

குறை தீர்க்கும் குடும்ப வைபவங்கள்

உறவுகளையும் நட்புகளையும் ஒன்றிணைக்கும் சிறு சிறு சடங்குகள் நிறைந்த நமது குடும்ப வைபவங்களின் தாத்பரியம் மகத்தானது. எல்லா உறவுகளுக்கு மத்தியிலும் சிறு சிறு சண்டைகள், சச்சரவுகள், கருத்து வேறுபாடுகள் இருப்பது இயல்பு. என்னதான் படித்த, அனுபவமிக்க மனமுதிர்ச்சிமிக்கவர்களாக இருந்தாலும் நாம் எல்லோரும் இறுதியில் சாதாரண மனிதர்களே என்பதன் வெளிப்பாடு அது. இரு துருவங்களாக இருப்பவர்களையும் வலுக்கட்டாயமாய் இணைக்கும் வல்லமை இந்த வைபவங்களுக்கு உண்டு. தயக்கத்தோடு மலரும் சிறு புன்னகைகள், முகமன்கள், நலம் விசாரிப்புகள் மூலம் பல்லாண்டு கால பகையும் கரைந்து காணாமல் போகிறது. ஒரு கைகூப்பல், ஒரு கைகுலுக்கல் என்றோ பட்ட காயத்துக்கு மருந்தாக மாறுகிறது. நேரம் மறந்து நீளும் பேச்சுகள் மூலம் இழந்த காலங்களை இட்டு நிரப்பும் முனைப்பு வெளிப்படுகிறது. உறவுகளை புதுப்பிக்கும் உன்னதம் வெளிப்படும் குடும்ப வைபவங்கள் நம் முன்னோர்கள் நமக்களித்த பெருங்கொடை.

25.01.2021

ஒருவழிப் பயணம்

வயது, மனமுதிர்ச்சி, கற்றறிவு, வாழ்க்கை அனுபவங்கள் மனிதர்களை கடைசியில் ஒரு புரிந்துணர்வு புள்ளியில் கொண்டு வந்து நிறுத்துகிறன. பிரச்சினை என்னவென்றால் அது 'கடைசியில்' நடக்கிறது என்பதுதான். ஆனால் அதற்குள் நாட்களும், மாதங்களும், வருடங்களும் ஒருவழிப் பயணமாய் ஓடி மறைந்துவிடுகின்றன. அன்பு செலுத்தி, துன்பம் களைந்து, சண்டையிட்டு, சமாதானமாகி, கூடிச் சிரித்து, கூடி அழுது, அரவணைத்து, ஆறுதல் சொல்லி கழித்திருக்க வேண்டிய காலம் நிரந்தரமாய் விடைபெற்றுச் சென்று விடுகிறது. உண்மை உறைக்கும் பொழுது நின்று நிதானித்துத் திரும்பிப் பார்க்கிறோம். திரும்பிச் செல்ல முடியாத தொலைவை அடைந்துவிட்டதை அறிந்து திகைக்கிறோம்; துயருறுகிறோம். நமது தன்முனைப்பை (ஈகோவை) தக்கவைத்துக்கொள்ள, நாம் பின்னிய வலையில் நாமே சிக்கித் தவிக்கிறோம். நம்மைச் சுற்றி நாம் எழுப்பும் சுவருக்குள் நாமே கைதியாகிறோம். உள்தாழிட்ட நம் இதயக் கதவைத் திறந்து வெளிவர மனமின்றி அறியாமைச் சிறைக்குள் அடைந்து கிடக்கிறோம். என்னதான் செய்துகொண்டோம் இந்த அரிதான, அழகான வாழ்க்கையை ?

27.01.2021

25.01.2021 பதிவுக்கு ('குறை தீர்க்கும் குடும்ப வைபவங்கள்') உள்பெட்டி வழியாக வந்த நண்பர் ஒருவரின் கேள்விக்கு பதில்:

கேள்வி:

"உண்மைதான். என்றாலும் சிலர் ஏற்படுத்திய ஆறாத காயங்கள், அதனால் ஏற்பட்ட வடுக்கள், அவர்களை நேரில் காணாமலேயே அவர்களை நினைத்தாலே ஏற்படும் தணியாத கடுங்கோபம் என்னுள் வேரூன்றியுள்ளது என்பதே நிதர்சனமான உண்மை. என்ன செய்வது?"

பதில்:

நம்மிடம் இருப்பது இரண்டே தெரிவுகள்.

ஒன்று, அந்த ஆத்திரத்தை கனலும் நெருப்பாய்க் காத்துக்கொள்வது. அப்படி செய்தால் என்ன நடக்கும்? நெஞ்சை அழுத்தும் அந்த வெறுப்புச் சுமையை என்றென்றும் சுமந்து திரிவோம். அது மன அழுத்தமாக உருமாறி 'நமது' மனதையும் உடலையும் பாதிக்கும். அந்த மன அழுத்தம் மற்றவர்களுடனான உறவிலும் சிக்கலை ஏற்படுத்தும். நாம் யார் மீது வெறுப்பும் ஆத்திரமும் கொள்கிறோமோ அவர் அதனால் எவ்விதத்திலும் பாதிப்பு அடைவதில்லை. பாதிக்கப்படுவது நமது மனமும், உடலும் மாத்திரமே.

இரண்டாவது தெரிவு, அந்தக் குறிப்பிட்ட சம்பவத்தை, நம்மை காயப்படுத்திய பேச்சை நினைவிலிருந்து வலுக்கட்டாயமாக அழித்துவிடுவது. இது சொல்வதெளிது செய்வதரிது என்று எனக்குத் தெரியும். ஏனென்றால் மனிதருக்கு வரமாகவும் சாபமாகவும் அமைந்த ஒரே விடயம் நினைவுகள் மாத்திரமே.

ஆனால் ஆழ்ந்து சிந்தித்தால் முதல் தெரிவின் பாதிப்போடு ஒப்பிடும் பொழுது இது மேலான தெரிவு என்பது புலப்படும். யாரோ நம் வாசல் முன் வீசிய குப்பையை அப்படியே விட்டு வைத்தால் கெடுவது நமது வீட்டின் அழகுதானே! நமது நினைவில் எதை வைத்துக்கொள்வது, எதை எறிந்துவிடுவது என்பதைத் தீர்மானிப்பது நாம் மட்டுமே. எனது கவிதையொன்று…

மன்னித்துவிடு!

வெறுக்கப்படுபவரைவிட
வெறுப்பவர்க்கே வேதனை அதிகம்
வெறுப்புச் சுமை சுமந்து
நடக்கும் வாழ்வு கொடிது
சுமையிறக்கிய பறவையாய்
சுதந்திர வானில்
சிறகடித்துப் பறக்க ஆசையா...?
மன்னித்துவிடு.
மன்னிக்காமல்
மறத்தல் அரிது
முகம் பார்த்து மன்னிக்க
முடியவில்லையா?
அகம் நிறைந்து மன்னித்துவிடு
தன்னை தான் வெறுத்தலே
தாளாத சுமை
உன்னையும் சேர்த்து

மன்னித்துவிடு

விதிவிலக்கல்ல நீ

எல்லா இதய வீட்டுக்குள்ளும்

இறுகப் பூட்டிய

இருண்ட அறை உண்டு

இறந்தகாலம்

இறந்த காலம்

மற!

ஏனெனில் இங்கு

கடந்த காலமற்ற ஞானியுமில்லை

எதிர்காலமற்ற பாவியுமில்லை.

– சுப்ரமண்ய செல்வா

('தொடுதூரத்தில் விடிவானம்' கவிதை தொகுப்பு)

28.01.2021

வாசிப்பு முடிந்தது...

என் பெயர் மரியாட்டு (தமிழில்: அஞ்சனா தேவ்). ஆங்கில மூலம் : The Bite of the Mango by Mariatu Kamara & Susan McClelland.

உள்நாட்டு யுத்தத்தின் அத்தனை கொடுமைகளையும் சந்தித்த மரியாட்டு கமாரா என்ற சிறுமியின் உள்ளத்தை கலங்கடிக்கும் உண்மைக் கதை. மேற்கு ஆப்பிரிக்க நாடான சியாரா லியோனியில் (Sierra Leone) நடந்த உள்நாட்டுப் போரின்போது பல்லாயிரக்கணக்கான குழந்தைகளுக்கு நேர்ந்த பயங்கர அனுபவம் மரியாட்டுக்கும் நேர்ந்தது. புரட்சிக்காரர்கள் என்று தங்களை அழைத்துக் கொண்டவர்களால் தனது இரண்டு கைகளும் மணிக்கட்டுக்கு மேலே இரு துண்டாக வெட்டப்பட்டு உயிருக்குப் போராடிய அந்த பெண் எப்படி அதிலிருந்து மீண்டார் என்பதை தனது இந்தச் சுயசரிதையில் அவரே விவரிக்கிறார். இவரைப் போன்றே பாதிக்கப்பட்ட இஸ்மாயில் பியா தனது முன்னுரையில் இப்படிக் கூறுகிறார்:

தன் இளமையின் குதூகலங்களை மட்டுமல்ல... கைகளையும் சேர்த்தே பறிகொடுத்துவிட்ட ஒரு பெண், சோர்வுகளை உதறித்தள்ளிவிட்டு கம்பீரமாக உயர்ந்து எழுந்து நின்ற விதம்தான் இந்த புத்தகத்தின் சாரம்.

இழந்தவற்றை திரும்பப் பெறாமலே தன் வாழ்க்கையைத் தொடரவேண்டிய கட்டாயம் இந்த பெண்ணுக்கு. சோகங்களின் வெளிப்பாடாக பெருக்கெடுக்கும் கண்ணீரை தானே துடைத்துக் கொள்வதற்கு கூட கைகள் இல்லை என்ற நிலையை சற்றே எல்லோரும் எண்ணிப் பார்ப்போம்"

கதையில் ஓரிடத்தில் மரியாட்டு காணும் இந்தக் காட்சி வருகிறது...

ஒரு நாள் மரியாட்டு தென்னை மரத்துக்கு கீழே விளையாடிக்கொண்டிருந்த பொழுது ஒரு தூக்கணாங்குருவி தொப்பென்று அவள் முன்னால் விழுந்தது. அதன் உடம்பில் பலமான காயம்பட்டிருந்தது. பாவப்பட்டு அதை தூக்குவதற்காக நெருங்கிய மரியாட்டு திடீரென்று மனசை மாற்றிக்கொண்டாள். என்னதான் சிகிச்சை அளித்தாலும் அது இன்னும் இரண்டு மூன்று நாட்கள் உயிருக்கு போராடி இறந்துவிடும் போலிருந்தது. நீண்ட நேரத்துக்கு அந்த பறவை அசையாமலே கிடந்தது. ஏறத்தாழ அது செத்துவிட்டது என்று மரியாட்டு நினைத்திருந்த வேளையில்தான் அந்த அதிசயம் நிகழ்ந்தது. சடக்கென்று கண்விழித்து அந்த பறவை தனது பலம் அத்தனையையும் திரட்டிக்கொண்டு

தன் கால்களில் எழுந்து நின்றது. விருக் விருக்கென்று தலையை திருப்பி ஒரு பார்வை பார்த்துவிட்டு சட்டென்று எழும்பி வானில் பறந்தேவிட்டது.

மரியாட்டுவும் அந்த தூக்கணாங்குருவி போலவேதான். சிறகொடிந்தும் பறக்கக் கற்றுக்கொண்ட பறவை.

02.02.2021

திறந்த அறைகளுக்குள்தான் சூரிய ஒளி பரவுகிறது. திறந்த மனங்களில்தான் (open mind) தெளிவு பிறக்கிறது. திறந்த மனமானது பிறரை அவர்களுடைய குறைநிறைகளுடன் அவ்வாறே ஏற்றுக்கொள்ளவும், பிறர் நம் குறைகளை சுட்டிக்காட்டும் பொழுது செவிமடுக்கவும், தேவைப்பட்டால் நம்மை மாற்றிக் கொள்ளவும் நமக்கு உதவுகிறது. அறையைத் திறந்து வைத்து ஒளியைப் பரவ விடுவதும், இறுக மூடி வைத்து இருளில் உழல்வதும் நமது கைகளில்தான் இருக்கிறது.

12.02.2021

எனது பதிவுகள்

நான் கற்பவை, கேட்பவை, எனது வாழ்க்கை அனுபவங்கள் எனக்கு கற்றுத்தரும் பாடங்களையும் அவற்றின் மூலம் நான் பெறும் தெளிவையும் உங்களுக்கு கடத்தும் முயற்சியே எனது பதிவுகள். அதற்கு உந்துதலாக இருப்பது எனது சேகரிப்பில் பெயர் தெரியாத ஒருவரால் எழுதப்பட்ட இந்த வரிகள்:

Through this toilsome world, alas!
Once and only once I pass;
If a kindness I may show,
If a good deed I may do
To a suffering fellow man,
Let me do it while I can.
No delay, for it is plain
I shall not pass this way again.

(Author: Unknown)

அல்லல்மிகு இவ்வுலகை

ஒருமுறை ஒரே ஒரு முறையே

நான் கடந்து செல்வேன்

துயருறும் ஒரு சக மனிதனுக்கு

கருணையொன்றை காட்ட முடியுமெனில்

நல்லதொன்றை செய்ய முடியுமெனில்

என்னால் முடியும்போதே செய்வேனாக

தாமதம் வேண்டாம் ஏனெனில்

தெள்ளத் தெளிவாக தெரிகின்ற ஒன்று

இன்னொரு முறை நான் இவ்வழியை கடந்து செல்லேன்.

12.02.2021

நேற்றைய (12.02.2021) பதிவிற்கு வாட்ஸ்அப் வழியாக வந்த ஒரு சகோதரியின் பின்னூட்டம்:

எல்லோர்க்கும் பொருந்தும்.. ஆனால் மூடிய இதயங்கள் தான் ஏராளம்.

இந்தப் பதிவு தேவைதான்.

உண்மைதான். திறந்த மனது தரும் சுதந்திரம் எத்தகையது என்பதை உணர்ந்தால் மூடிய அறைகளுக்குள் முடங்கிக்கிடக்க மாட்டோம். எத்துணை பெரும்பேறு இந்த மானிடப் பிறப்பு. சிந்தனை ஆற்றலின் சிறப்பால் நம்மைப் பற்றி அறிந்து கொள்ளவும், பிறரை புரிந்து கொள்வதற்கு முயல்வதற்குமான பெரும் வாய்ப்பு. மனம் என்னும் மகாசக்தி துணைகொண்டு மற்றவர்களின் துயர்களையும், வலிகளையும் உணர்ந்து ஆறுதல் சொல்லவும், ஆதரவு அளிக்கவும் ஒரு அரிய சந்தர்ப்பம். அவற்றைச் சரியாகப் பயன்படுத்திக்கொள்வதில் இருக்கிறது நமது இருப்பின் அர்த்தம். ஆனால் இவை அனைத்துக்கும் இருப்பது சிறிது காலமே.

அரிது போலவே மனித வாழ்வு குறுகியது என்பதும் மறுக்க முடியாத உண்மை. அந்தக் குறுகிய காலத்தின் பெரும் பகுதியை சண்டைகளும், சச்சரவுகளும்

பிடித்துக்கொண்டால், அன்பு செலுத்தவும், துன்பம் போக்கவும் நமக்கு கிடைப்பது சொற்ப காலமே. 'மனது இதமானவனே மனிதன்' என்கிறார் ஸ்ரீ வேதாத்திரி மகரிஷி. எல்லா மனங்களும் இதமானால் அரிய இந்த மனிதப் பிறப்பு அர்த்தம் பெறும்.

13.02.2021

வாழ்க்கையின் தருணங்கள்

வாழ்க்கையில் சில தருணங்களில் சிலரின் பிரிவு நம்மை அவ்வளவு பாதிக்கிறது, அவர்களை நாம் நம் கனவுகளிலிருந்து அள்ளியெடுத்து நிஜமாகவே ஆரத்தழுவ ஆசைப்படுகிறோம்.

ஒரு சந்தோஷக்கதவு மூடிக்கொள்ளும் போது இன்னொன்று தானாகத் திறந்து கொள்கிறது. ஆனால் நாம் அநேக வேளைகளில் மூடிய கதவையே பார்த்துக் கொண்டிருப்பதால் திறந்திருக்கும் கதவை கவனிக்கத் தவறிவிடுகிறோம்.

வெளித்தோற்றத்தில் மயங்கி விடாதீர்கள். அவை உங்களை ஏமாற்றிவிடும். செல்வத்தில் மயங்கி விடாதீர்கள். அவை கூட மறைந்துவிடும். உங்களைப் புன்னகைக்க வைக்கக்கூடியவரைத் தேடுங்கள். ஏனெனில் புன்னகையால்தான் ஒரு இருண்ட நாளை ஒளிமயமாக்க முடியும். உங்கள் உள்ளங்களைப் புன்னகைக்க வைக்கக் கூடிய உறவைத் தேடுங்கள்.

விரும்பிய கனவுகளைக் காணுங்கள். விரும்பிய இடத்திற்கெல்லாம் செல்லுங்கள். என்னவாக விரும்புகின்றீர்களோ அவ்வாறே ஆகுங்கள். ஏனெனில் இவையனைத்தையும் செய்ய உங்களுக்கு இருப்பது ஒரு வாழ்க்கை, ஒரு வாய்ப்பு.

வாழ்க்கை உங்களை இனிமையானவராக்க இன்பத்தைத் தரட்டும்; வலிமையுள்ளவராக்க சோதனைகளைத் தரட்டும்; பணிவுள்ளவராக்க

துயரங்களைத் தரட்டும்; மகிழ்ச்சிமிக்கவராக்க நம்பிக்கைகளைத் தரட்டும்.

எல்லாப் பெருமகிழ்ச்சிமிக்கவர்களும் எல்லாச் சிறப்புகளையும் பெற்றவர்கள் அல்ல; அவர்கள் கிடைத்ததை சிறப்பாக்கிக் கொண்டவர்கள்.

எப்போதும் மறக்கப்பட்ட கடந்தகாலத்திலேயே ஒளிமயமான எதிர்காலம் தங்கியிருக்கிறது. நேற்றைய தோல்விகளையும், வேதனைகளையும் சுமந்தவாறு நாளையை நோக்கி நடைபோட முடியாது.

நீங்கள் பிறந்தபோது நீங்கள் அழுதீர்கள்; சுற்றியிருந்தோரெல்லாம் புன்னகைத்தார்கள். நீங்கள் இறக்கும்போது நீங்கள் புன்னகையோடு விடைபெறக்கூடிய, உங்களைச் சுற்றியிருப்போ-ரெல்லாம் அழக்கூடிய ஒரு வாழ்க்கையை இறுதிவரை வாழுங்கள்.

வருடங்களை கணக்கிடாதீர்கள்; நினைவுகளை கணக்கிடுங்கள். வாழ்க்கையின் அர்த்தம் எத்தனை முறை சுவாசிக்கிறோம் என்பதில் அல்ல, எத்தனை முறை மூச்சுவிட மறந்து வியந்து நிற்கிறோமோ அந்த அற்புதத் தருணங்களில் இருக்கிறது.

(வாசித்து சேமித்து வைத்தது. ஆங்கில மூலம் எழுதியது யாரென்று தெரியவில்லை. தமிழில்: சுப்ரமண்ய செல்வா)

15.02.2021

நாய்களும் நாமும்

மனிதர்களுக்கும் நாய்களுக்குமான உறவு மகத்தானது. உலகில் மனிதர்கள் வளர்க்கும் செல்லப்பிராணிகளில் முதலிடம் வகிப்பது நாய்களே (33%). மனிதனின் சிறந்த நண்பன் என்று குறிப்பிடப்படும் நாய்கள் மனித இனத்தின் ஒரு அங்கமாகி ஆண்டுகள் பலவாகிவிட்டன. நாய்களுடனான மனிதர்களின் உறவு சிலவேளைகளில் மனிதர்களுக்கு இடையேயான உறவையும் மிஞ்சி விடுவதுண்டு. 'எனது நாய்க்கு மட்டும் பேச தெரிந்தால் மனிதர்களுடன் உரையாடுவதை நிறுத்தி விடுவேன்' என்று எங்கோ வாசித்த ஞாபகம். மனித உறவுகளில் அன்பையும், கவனிப்பையும் கொடுத்தால் மட்டுமே திரும்பப் பெறலாம். ஆனால் நாயின் அன்பு நிபந்தனையற்றது. நாம் அதனை கவனிக்காவிட்டாலும், மிகு வேலை காரணமாக அதனை புறக்கணித்தாலும் அது எப்போதும்போல் தனது அன்பை தரத் தவறுவதில்லை. நாம் ஏழையா, பணக்காரனா என்பது அதற்கு ஒரு பொருட்டல்ல. எமது நிலை என்னவாக இருந்தாலும் நாம் அதற்கு எஜமானரே. வருடங்கள் பல பிரிந்திருந்தாலும் பார்த்த கணத்தில் வேகமாக வாலாட்டிப் பாய்ந்துவரும் அதன் பாசம் பரிசுத்தமானது. உலகில் தனித்திருக்கும் மூத்தோர் பலருக்கு உற்ற துணையாய் இருப்பது நாய்களே.

இத்தனை சிறப்பு வாய்ந்த இந்தச் செல்லப்பிராணியைக் குறிப்பிட்டுத்தான் பெரும்பாலும் நாம் சக மனிதரை இழிவுபடுத்துகிறோம் என்பது எத்தனை பெரிய முரண்நகை!

16.02.2021

நீ... நான்... தெய்வம்

ஒரு நேசப் பார்வை
ஒரு சினேகப் புன்னகை
ஒரு ஆறுதல் வார்த்தை
ஒரு செவிகொடுத்தல்
எல்லோரும் இன்புற்றிருக்க
ஒரு நினைப்பு
உதவ நீளும் கரங்கள்
உயர்த்த விரையும் கால்கள்
மற்றவர் மகிழ்ச்சி கண்டு
மகிழும் ஒரு மனசு
போதுமிது...
தேடித்திரிய தேவையில்லை
தெய்வம் இங்கு நீயும் நானும்!

– சுப்ரமண்ய செல்வா

(‘தொடுதூரத்தில் விடிவானம்’ கவிதைத் தொகுதி)

18.02.2021

பரிபூரணம் (PERFECTION)

நம்மில் பரிபூரணமானவர்கள் (perfect) என்று யாரும் இல்லை. வேறொரு விதமாக சொல்வதானால் நாம் எல்லோருமே அபூரணமானவர்கள்; முழுமையற்றவர்கள். முழுமையற்ற இந்த உலகில் வாழும் முழுமையற்ற மனிதர்கள். ஆனால் நம்மிடம் இல்லாத பரிபூரணத்தை நாம் பிறரிடம் தேடும்போதும், எதிர்பார்க்கும்போதுதான் எல்லா பிரச்சினைகளும் ஆரம்பமாகின்றன. 'நாம் உட்பட ' நமது உறவினர்கள், நண்பர்கள் என அனைவரும் பரிபூரணமற்றவர்கள் என்கின்ற பேருண்மையை உணர்ந்து ஏற்றுக்கொள்ளும்போது சிக்கல்கள் விலகுகின்றன. அப்போது பிறரின் குறைகளை ஏற்றுக்கொள்ளும், தவறுகளை தாங்கிக் கொள்ளும் பெருந்தன்மை பெருகுகிறது. மாறாக நாம் முழுமையானவர்கள் (We are perfect), மற்றவர்கள் குறையுள்ளவர்கள் என்று கருதத் தொடங்கும்பொழுது பிரச்சினைகள் பல்கி பெருகுகின்றன. நம் ஒவ்வொருவரின் எண்ணம், சொல், செயல் என்பன நமது கல்வி, கேள்வி, அனுபவம், வளர்ப்பு முறை, பின்புலம், நமது மனநிலை என பல காரணிகளின் அடிப்படையில் அமைகின்றன. இவை இயற்கையாகவே மனிதர்க்கு மனிதர் வெகுவாக வேறுபடுகின்றன. மறுக்க முடியாத இந்த உண்மையை மனமுவந்து ஏற்றுக்கொண்டால் நமது விருப்பத்திற்கு

ஏற்றவாறே மற்றவர்கள் நடந்துகொள்ளவேண்டும் என்கிற எதிர்பார்ப்பு மறையும். எதிர்பார்ப்புகளற்ற உறவில், நட்பில் விரிசல்கள் விழுவதில்லை.

20.02.2021

நமக்கான எல்லைகள்

எவ்வளவுதான் உயிருக்குயிரான உறவாக, நட்பாக இருந்தாலும் அவர்களுடைய வாழ்க்கையில் நமக்கான இடம் தெளிவாக வரையறுக்கப்பட்டிருக்கிறது. நாம்தான் அதனை அடையாளம் கண்டுகொள்ள வேண்டும். நமது எல்லைகளை அறிந்து ஏற்றுக்கொண்டால் எல்லா உறவுகளும் சுமுகமானதாகவே இருக்கும். அந்த வரையறையைக் கடந்து அவர்கள் வந்து நம்மோடு உறவாட வேண்டும் என்று நாம் எதிர்பார்க்கும்பொழுது அல்லது நாம் அதற்குள் அத்துமீறி நுழைய முற்படும்பொழுது சிக்கல்கள் உருவாகின்றன. இருக்க வேண்டிய இடம் அறிந்து இருந்துகொண்டால் எல்லா உறவும், நட்பும் இனிமையானதாகவே அமையும். கலீல் ஜிப்ரானின் திருமண உறவு பற்றிய கவிதை ஒன்று நினைவுக்கு வருகிறது. இது எல்லா உறவுகளுக்கும் பொருந்தும் என்றே தோன்றுகிறது:

"ஒன்றாக இருக்கும்போதும்
உங்களுக்கிடையே இடைவெளி இருக்கட்டும்.
சுவர்க்கத் தென்றல் உங்களுக்கிடையே நடனமிடட்டும்.
ஒருவரையொருவர் கட்டற்று காதலியுங்கள்; ஆனால்
காதலைக் கொண்டு ஒருவர் மற்றொருவரைக்

கட்டிப்போட எத்தனிக்காதீர்கள்.
அந்தக் காதல்
உங்கள் இருவரின்
ஆன்ம கரைகளுக்கிடையே
அசையும் கடலென இருக்கட்டும்."

"இணைந்து பாடுங்கள்,
இணைந்து ஆடுங்கள்; ஆனால்
ஒருவர் மற்றவரைத் தனித்திருக்க அனுமதியுங்கள்."

"இணைந்து நில்லுங்கள்; ஆனால்
மிக நெருக்கமாக வேண்டாம்.
ஆலயத்தின் தூண்கள் அருகருகே நிற்பதில்லை.
ஒருமரம் இன்னொருமரத்தின் நிழலால் வளர்வதில்லை."

24.02.2021

தடுமாற வைக்கும் தவறுகள்

தவறுகள் ஏன் நம்மை தடுமாற வைக்கின்றன? தவறுகள் தவிர்க்க முடியாதவை, தவறு செய்வது மனித இயல்பு என்றாலும்கூட அது நம்மை மற்றவர்களிடம் தாழ்வானவர்களாக காட்டிவிடும் என்று பதட்டம் அடைகிறோம். பிறர் முன் ஏற்படும் ஒரு சிறிய கால் இடறல்கூட நம்மை கலக்கமுறச் செய்கிறது. வியர்த்து கூனிக்குறுகிப் போகிறோம். பதில் தெரியாத கேள்விகள் நம்மை நிலைகுலையச் செய்கின்றன. பிறர் நம்மைப்பற்றி என்ன நினைத்து விடுவார்களோ என்று பதறுகிறோம். ஆனால் இது ஒரு அடிப்படையற்ற, அவசியமற்ற அச்ச உணர்வு. பிழைகளும், சோதனைகளும் அவற்றால் கற்றுக்கொள்ளும் பாடங்களுமே மனித வாழ்க்கை எனும்போது, பிறப்பிலிருந்து இறப்புவரை தவறுகள் தவிர்க்க முடியாதவை. நம்மைக் குறைவாக நினைப்பவர்கள் என்று நாம் எண்ணுகிறவர்களும் அதே தவறுகளுக்கு விதிவிலக்கானவர்கள் அல்ல என்கின்ற உண்மையை உணர்ந்தால் இந்த அவசியமற்ற அச்சம் அகலும். தன்னம்பிக்கை மிக்கவர்கள் தங்கள் தவறுகளைப் பற்றி கவலைப்படுவதில்லை. தடுக்கி விழுந்தாலும் மீண்டும் எழுந்து தூசு தட்டிவிட்டு எதுவும் நடக்காததுபோல் தங்கள் பயணத்தைத் தொடர்வார்கள். நமது தன்னம்பிக்கையின் வலிமையில் நமது தவறுகள் பற்றிய தாழ்வு மனப்பான்மை தகர்ந்துவிடும்.

27.02.2021

நன்றி மறந்தால்...?

அண்மைப் பதிவொன்றைத் தொடர்ந்து உள்பேட்டி வழியாக வந்த கேள்வியொன்று:

கேள்வி:

நாம் யாருக்காவது நமது பொன்னான நேரத்தை செலவழித்து, உழைப்பைக் கொடுத்து, சிலவேளைகளில் பணத்தையும் செலவழித்து உதவி செய்திருப்போம். ஆனால் அவர்கள் தங்களுடைய முறை வரும்பொழுது தட்டிக்கழித்து விடுவார்கள். சிலர் இன்னும் ஒருபடி மேலே சென்று நமக்கு தீங்கும் செய்துவிடுவார்கள். இவர்களை என்ன செய்வது? இவர்களுடைய துரோகத்தை எப்படி மறப்பது?

எனது அறிவுக்கு எட்டிய பதில்:

நாம் எல்லோரும் நமது வாழ்க்கையில் ஒரு முறையாவது சந்திக்கிற (அல்லது சந்திப்பதாக எண்ணிக்கொள்கிற) சூழ்நிலை இது. என்ன செய்யலாம்? ஒருவர் நன்றி மறந்துவிட்டார் என்று தீர்மானிப்பதற்கு முன் ஒரு முறை சந்தேகத்தின் பலனை (benefit of the doubt) சம்பந்தப்பட்டவர்களுக்கு கொடுத்துவிடலாம். அவர்கள் அவ்வாறு நடந்து கொள்வதற்கு நமக்குத் தெரியாத சில நியாயமான காரணங்கள் இருக்கலாம். அவர்களுடைய சந்தர்ப்ப சூழ்நிலை நமது எதிர்பார்ப்பை நிறைவேற்றுவதற்கு தடையாக இருக்கலாம். அதனைத் தீர விசாரித்து

அறிந்துகொள்வதன் மூலம் அவசியமற்ற உறவுச் சிக்கலை தவிர்க்கலாம். அவர்களால் இயன்றும் நன்றி மறந்து நடந்துகொண்டால், நம்மால் முடிந்தால் மன்னித்துவிடலாம். முடியாதபட்சத்தில் நமது மனக்காயங்கள் ஆறும் வரை அப்படிப்பட்ட உறவுகள் நட்புகளிடமிருந்த விலகி இருத்தல் தவறில்லை. ஏனெனில் எந்த மனிதரும், எந்த சூழ்நிலையும் நம்மை பாதிக்காமல் பார்த்துக்கொள்வது நமது கடமை. 'விலகி இருத்தல்' என்றுதான் சொல்லுகிறேன் 'துண்டித்து விடுதல்' அல்ல. ஏனெனில் எதிர்பாராதவை ஏராளம் நிகழும் இந்த வாழ்க்கைப் பாதையில், எவரை எங்கு சந்திப்போம், எதனைத் தந்து எதனைப் பெறுவோம் என்று எவராலும் முன்னுணர்ந்து எதிர்வுகூற முடியாது.

ஒருபடி மேலே சென்று துன்புறுத்த முற்பட்டால்.. இருக்கவே இருக்கிறது நமது முன்னோரின் முதுமொழி 'துஷ்டரைக் கண்டால் தூர விலகு'. 🙂

01.03.2021

நன்றி மறந்தால்...? (தொடர்ச்சி..)

நேற்றைய பதிவுக்கு வாட்ஸ்அப் வழியாக நிறைய பின்னூட்டங்கள்.

பெரும்பாலானோரின் ஒருமித்த கருத்து, பிறரின் நன்றி மறத்தலால் நாம் பாதிப்படையாமல் இருப்பதற்கு சிறந்த வழி எதிர்பார்ப்பு ஏதுமின்றி உதவி செய்வது அல்லது செய்த உதவியை நாம் நினைவில் வைத்துக் கொள்ளாமல் மறந்து விடுவது. உண்மைதான். இது வருமுன் காக்கும் வழி. எதிர்பார்ப்புகளைத் துறப்பது சிறிது கடினம் என்றாலும், அதனை நடைமுறைப்படுத்தக்கூடிய மன உறுதி வாய்க்கப் பெறுவது நற்பேறு. எதிர்பார்ப்புகள் அற்ற மனம் எவ்வித எதிர்விளைவுகளாலும் பாதிக்கப்படுவதில்லை.

இன்னுமொரு கொஞ்சம் தத்துவார்த்தமான ஆன்மீக கருத்து...

கடன் கொடுக்கப்பட்டவரிடமிருந்தே திரும்பப் பெறுவது மனிதக் கணக்கு. ஆனால் சரியான நேரத்தில் ஏதோ ஒரு வழியில் திரும்பி வருவது இயற்கையின் கணக்கு. இதில் உதவி என்ற செயல்தான் முக்கியமே தவிர அது யாருக்கு செய்யப்பட்டது என்பது அல்ல. காலத்தே விளையும் பயிர் போல நற்செயல்களுக்கான நற்பலன்கள் தக்க தருணத்தில் தவறாது வந்து சேரும்.

02.03.2021

வாழ்க்கையில் போராட்டங்கள்

பூச்சி எப்படி பூச்சிக்கூட்டிலிருந்து (cocoon) வெளிவந்து பறக்கத் தொடங்குகிறது என்று அறிய விரும்பிய ஒருவர் ஒரு பூச்சிக்கூட்டினைத் தனது வீட்டிற்கு எடுத்துச்சென்றார். சில நாட்களுக்குப் பின் அந்தப் பூச்சிக்கூட்டில் சிறு துளையொன்று உருவாகி இருப்பதைக் கண்டு அதன் அருகில் அமர்ந்து கவனிக்கத் தொடங்கினார். நேரம் செல்லத் தொடங்கியது. பூச்சி அந்த சிறு துளை வழியாக தன்னைத் திணித்து வெளிவர பல மணி நேரமாக போராடியது. ஒரு கட்டத்தில் எந்த அசைவுமில்லை. இனிமேல் வெளிவர முடியாமல் சிக்கிக்கொண்டதுபோல் தோன்றியது. அதன்மீது பரிதாபப்பட்டு உதவ எண்ணிய அந்த மனிதர் ஒரு கத்தரிக்கோலை எடுத்து கூட்டின் முனையை வெட்டி துளையைப் பெரிதாக்கினார். பூச்சி எளிதாக வெளிவந்தது. ஆனால் அதனுடைய உடல் வீங்கியும், இறகுகள் சுருங்கியும் இருந்தன. இறகுகள் பெரிதாகி பூச்சி பறக்கத் தொடங்கும் தருணத்திற்காக காத்திருந்தார். ஒன்றும் நடக்கவில்லை. அது தொடர்ந்து பருத்த உடலுடனும், சுருங்கிய சிறகுகளுடனும் சிரமத்துடன் ஊர்ந்து திரிந்தது. அதனால் இனி பறக்கவே முடியாது.

அந்த மனிதர் தனது கருணையினால் எழுந்த அவசரத்தில் இயற்கையின் அற்புத ஏற்பாடு ஒன்றினை புரிந்துகொள்ளத் தவறிவிட்டார். அது இலகுவாக

வெளிவராமல் தடுக்கபடுவதில் ஒரு நோக்கம் இருந்தது. அந்த சிறு துளை வழியாக வெளிவர பூச்சி போராடும்போது அதன் உடலில் நிறைந்துள்ள திரவம் சிறகுகள் பக்கம் உந்தித் தள்ளப்பட்டு, கூட்டை விட்டு வெளியே வந்ததும் பறப்பதற்கான ஆற்றலைக் கொடுக்கும். சுதந்திரமும், சிறகடித்துப் பறத்தலும் போராட்டத்திற்கு பின்பே சாத்தியம். அந்த பூச்சியின் போராட்டம் தடுக்கப்பட்டதால் அதன் உண்மையான சுதந்திரம் பறிபோனது.

சிலவேளைகளில் வாழ்க்கையில் நமக்கு போராட்டங்கள் அவசியமாயிருக்கிறன. போராட்டமற்ற வாழ்வு நம்மை தேக்கமுறச் செய்யும். நமது உண்மையான ஆற்றல் நமக்குத் தெரியாமலேயே போய்விடும். நம்மை நாம் அடையாளங் கண்டுகொள்ள, நமது ஆற்றலை நாம் அறிந்துகொள்ள போராட்டங்கள் நல்வாய்ப்புகளாக அமைகின்றன. வாழ்க்கையில் போராட்டங்கள் வரங்களன்றி சாபங்களல்ல.

03.03.2021

தொடரும் பயணம்...

நெல்சன் மண்டேலா தனது சுயசரிதத்தை இவ்வாறு நிறைவு செய்கிறார்:

'விடுதலை நோக்கிய நீண்ட பாதையில் நான் பயணித்துள்ளேன். தவறின்றி நடக்க முயன்றுள்ளேன். வழியில் சில தவறுகளையும் விட்டுள்ளேன். ஆயினும் ஒரு இரகசியத்தை கண்டுணர்ந்தேன். ஒரு பெருமலையின் உச்சியை அடைந்தபின் ஏற வேண்டிய மலைகள் இன்னும் பல இருப்பதைக் காண்கிறோம். நான் இங்கு ஒரு கணம் ஓய்வெடுக்கிறேன், என்னைச் சூழ்ந்துள்ள பேரெழிலைக் காணவும், கடந்து வந்த தூரத்தை திரும்பிப் பார்க்கவும். ஒரு கணம் மட்டுமே என்னால் இங்கு ஓய்வெடுக்க முடியும். ஏனெனில் விடுதலையோடு பொறுப்பும் சேர்ந்தே வருகிறது. என்னால் இங்கு தங்கி தாமதிக்க முடியாது. ஏனெனில் எனது நெடும்பயணம் இன்னும் முடிவடையவில்லை.' (Nelson Mandela / Long Walk to Freedom)

வாழ்க்கை என்னும் பாதை முற்றுப்பெறும் வரை முடிவற்று நீளும் நெடும் பயணத்தை பற்றிய அழகான வெளிப்பாடு இது.

ஆம்! ஓயாது தொடர்கிறது நமது பயணம். உறக்கத்திலும், ஓய்விலும்கூட பயணித்துக்கொண்டுதான் இருக்கிறோம். இரவு நேர தொடருந்தில் கண்ணயர்ந்து காலையில் விழித்து

பார்க்கும்போது வேறு ஒரு இடத்தை சென்றடைந்து இருப்பதைப் போன்று, காலம் என்னும் தொடர் வண்டியில் இடையறாது பயணித்துக் கொண்டுதான் இருக்கிறோம். நம் விருப்பு வெறுப்புகளுக்கு அப்பாற்பட்ட தொடர் பயணம் இது. இந்தப் பயணத்தில் பலரைச் சந்திக்கின்றோம். சிலர் அறிமுகம் ஆகாமலேயே அகன்று விடுகிறார்கள். சிலர் நம்மோடு இறுதிவரை தொடர்ந்து பயணிக்கிறார்கள். இன்னும் சிலர் இடையில் இறங்கிச் சென்று விடுகிறார்கள். சிலர் அழியாத நினைவுகளை பரிசளித்துவிட்டு செல்கிறார்கள். சிலர் கசப்பான அனுபவங்களை கடத்தி விட்டுச் செல்கிறார்கள். எல்லாவிதமான நினைவுகளையும் சுமந்தபடி இடையறாது பயணிக்கிறோம்.

கடந்து வந்த பாதையில் எத்தனைப் பேரை கைதூக்கி விட்டோம்? எத்தனை மனங்களில் நீங்காத நினைவுகளை விட்டு வந்தோம்? பிறர் பின்தொடரத் தடம் விட்டு வந்தோமா? பின்னொரு நாளில் நாம் பிரியமுடன் நினைவுகூரப்படுவோமா?

இந்தக் கேள்விகளுக்கான பதில்களில் தங்கியிருக்கிறது நமக்கும் பிறருக்கும் பயன்மிக்கதாக அமைந்ததா நம் வாழ்க்கைப் பயணம் என்னும் கேள்விக்கான பதில்.

04.03.2021

வானம் வசப்படும்

ஒரு பறவை தன் அலகுகளில் மாமிசத் துண்டொன்றை கவ்வியவாறு ஆகாயத்தில் பறந்து கொண்டிருந்தது. சிறிது நேரத்தில் நிறைய பறவைகள் அதனைத் துரத்தத் தொடங்கின. அதனைக் கண்ட பறவை வேகமாக பறக்கத் தொடங்கியது. பின்தொடர்ந்த பறவைகளும் வேகம் எடுத்தன. சோர்வுற்ற பறவைக்குச் சற்றென்று உண்மை புலப்பட்டது. பறவைகள் துரத்துவது தன்னையல்ல, தான் சுமக்கும் மாமிசத்தையென உணர்ந்த பறவை தன் அலகுகளை விரித்து மாமிசத்தை கைவிட்டது. பறவைகள் அனைத்தும் மாமிசத்துண்டை நோக்கி பறக்கத் தொடங்கின. வானம் அந்த ஒற்றைப் பறவையின் வசமானது. அந்த மாமிசத் துண்டு வேறு எதுவுமன்று; நாம் எந்நேரமும் சுமந்து தெரியும் நமது தன்முனைப்பு (ஈகோ). சுமையென அறிந்தும் அதனை இறக்கி வைத்துவிட்டு சுதந்திரமாக நடமாட நம்மால் முடிவதில்லை. காரணம் நமது உடலை நிமிர்த்தி வைத்திருக்கும் முதுகு தண்டு போல், நமது தன்முனைப்பே நமது ஆளுமையே நிலை நிறுத்தி வைத்திருப்பதாக நாம் எண்ணிக் கொண்டிருக்கின்றோம். தன்முனைப்பு எப்போதும் தீராத பெரும் பசியுடன் தவித்திருக்கிறது. தன்னைப் பெருமைப்படுத்தியும், பிறரைச் சிறுமைப்படுத்தியும் அது பசியாற விளைகிறது. பிறரின் குறைகளைப் பெரிதுபடுத்தி பேசி மகிழ்வதில் நமது தன்முனைப்பு பெரும்பங்கு வகிக்கிறது.

எப்போதும் நாம் சரியென்று நிலைநாட்ட மற்றவர்களை பிழையென்று நிரூபிக்க முயல்வது, பிறரிலும் பார்க்க நாம் உயர்ந்தவர் என்று காட்ட முயல்வது, எப்போதும் மற்றவர்களின் அங்கீகாரத்தை எதிர்பார்ப்பது என அவசியமற்று நாம் சுமக்கும் சுமைகளை இறக்கி வைத்தால் வாழ்க்கை வானம் நமக்கும் வசப்படும். சுமையற்று, சுதந்திரமாக, சுகமாக பறத்தல் சாத்தியமாகும்.

12.03.2021

நட்பெனப்படுவது யாதெனில்...

அன்பின் குறைபாடன்று நட்பின் குறைபாடே பல மகிழ்ச்சியற்ற மணவாழ்க்கைகளுக்கு காரணமாக இருக்கின்றது.

– பிரீட்ரிக் நீட்சே (Friedrich Nietzsche) /
ஜெர்மானிய மெய்யியலாளர் -

நட்பு என்றால்...?

அண்மையில் வாசித்த புகழ்பெற்ற பாடகர் பாப் மார்லியின் (Bob Marley) வரிகளைத் தமிழாக்கித் தருகிறேன்:

'வாழ்க்கையில் ஒரே ஒருமுறைதான் உங்கள் உலகை தலைகீழாக மாற்றக்கூடிய ஒரு நட்பு கிடைக்குமென்று நான் நினைக்கிறேன். நீங்கள் உங்கள் வாழ்க்கையில் வேறு எவரிடமும் பகிர்ந்து கொள்ளாத விடயங்களை அவர்களிடம் கூறுவீர்கள். அவர்கள் அனைத்தையும் உள்வாங்கிக்கொள்வார்கள்; உண்மையில் இன்னும் செவிமடுக்கத் தயாராக இருப்பார்கள். நீங்கள் அவர்களிடம் வாழ்க்கை உங்களுக்குத் தந்த ஏமாற்றங்கள், நனவாகாத உங்கள் கனவுகள், உங்கள் எதிர்கால நம்பிக்கைகள் என அனைத்தையும் பகிர்ந்துகொள்வீர்கள். உங்கள் வாழ்க்கையில் நடக்கும் அற்புத விடயங்களை அவர்களிடம் சொல்லிவிட துடிப்பீர்கள். ஏனென்றால் உங்களுக்குத் தெரியும் அவர்கள் உங்கள் மகிழ்ச்சியில்

முழுமையாக பங்கெடுப்பார்கள் என்று. உங்களது வலிமிகுந்த தருணங்களில் உங்களோடு சேர்ந்து அழவும், உங்களை நீங்களே முட்டாளாக்கும் வேலைகளில் உங்களோடு சேர்ந்து சிரிக்கவும் அவர்கள் தயங்க மாட்டார்கள். அவர்கள் என்றும் உங்கள் உணர்வுகளைக் காயப்படுத்தவோ, உங்களை நீங்கள் குறைவானவராக உணரும்படியோ நடந்துகொள்ள மாட்டார்கள். மாறாக உங்களுடைய தனித்துவமிக்க விடயங்களை உங்களுக்கு அடையாளம் காட்டி உங்களை ஒரு அழகானவராக ஆக்குவார்கள். அவர்களுடைய அருகாமையில் நீங்கள் எவ்வித அழுத்தத்தையோ, போட்டியையோ, பொறாமையையோ உணர்வதில்லை. மாறாக அங்கு ஒரு அழகான அமைதியே நிலவும். அவர்கள் அருகாமையில் நீங்கள் நீங்களாகவே இருக்கலாம். ஏனெனில் அவர்கள் உங்களை உங்களுடைய எல்லாவித குறைநிறைகளுடன் உங்களை உங்களுக்காகவே நேசிப்பவர்கள். அவர்களுடனான உங்களின் உறவின்போது உங்களுடைய குழந்தைப் பருவம் அவ்வளவு தெளிவாக நினைவுக்கு வரும்; நீங்கள் மீண்டும் அந்தப் பருவத்துக்கு சென்றுவிட்டது போலிருக்கும். வண்ணங்கள் ஒளிமிக்கதாக பளபளப்பது போல் தோன்றும். முன்பு இல்லாத அல்லது அரிதான சிரிப்பு இப்போது அன்றாட வாழ்க்கையின் ஒரு அங்கமாகும். அவர்களின் ஒன்று அல்லது இரண்டு தொலைபேசி அழைப்புகள் ஒரு கடினமான நாளை

இலகுவாக்கி உங்கள் முகத்தில் ஒரு புன்னகையை வரவழைக்கும். அவர்களுடைய அருகாமையில் தொடர் உரையாடலுக்கு தேவை இருக்காது. அந்த அருகாமையே போதுமானதாக இருக்கும். முன்பு உங்களுக்கு சுவாரசியமற்ற பல விடயங்கள் இப்போது உங்களுக்கு முக்கியமானதாகத் தோன்றும். ஏனெனில் அவை அவர்களுக்குப் பிடித்திருப்பதால். நீங்கள் அவர்களை எல்லா வேளைகளிலும், உங்களின் எல்லாச் செயல்களின்போதும் நினைவுகூருவீர்கள். வெளிர்நீல வானம், மெல்லிய தென்றல், அடிவானத்தின் மழைமேகம் போன்ற சின்னச் சின்ன விடயங்கள்கூட அவர்களை உங்களுக்கு நினைவூட்டும். ஒரு நாள் அது உடைக்கபடுவதற்கான வாய்ப்பு இருக்கிறது என்று அறிந்தும் நீங்கள் உங்கள் இதயத்தை திறந்து காட்டுவீர்கள். அப்படித் திறந்து காட்டும்பொழுது நீங்கள் உங்கள் கனவுகளில்கூட சாத்தியப்படாத அன்பையும், இன்பத்தையும் அனுபவிப்பீர்கள். வாழ்க்கையின் இறுதிவரை அத்தகைய ஒரு பற்றுறுதிமிக்க நட்பு அல்லது ஆத்மார்த்த துணை இருக்கிறது என்பதில் வலிமை பெறுவீர்கள். வாழ்க்கை முற்றுமுழுதாக வித்தியாசமானதாகவும், எழுச்சிமிக்கதாகவும், அர்த்தமுள்ளதாகவும் இருக்கும். உங்களுடைய ஒரே நம்பிக்கையும், பாதுகாப்பும் அவர்கள் உங்கள் வாழ்க்கையில் ஒரு பகுதியாக இருக்கிறார்கள் என்பதுதான்.'

இத்தகைய நட்பைத் தருவதும் பெறுவதுமான வாழ்க்கை எத்துணை பெரும் வரம்! அன்பு மட்டுமன்றி அத்தகைய நட்பும் வாழ்க்கைத் துணைகளுக்கிடயே அமைந்தால் மணவாழ்க்கை மகிழ்ச்சிமிக்கதாக இருக்கும் என்பதே தொடக்கத்தில் குறிப்பிட்ட பிரீட்ரிக் நீட்சேயின் கூற்று வலியுறுத்தும் கருத்து.

14.03.2021

வாழ்க்கையெனும் கொண்டாட்டம்

வாழ்க்கை என்னும் இசை இயக்கியில் (music player), REWIND பொத்தான் கிடையாது. (பின்னோக்கி திரும்பி சென்று வாழ முடியாது). FAST-FORWARD பொத்தான் இல்லை. (நாளையை இன்று வாழ முடியாது). PAUSE பொத்தானும் இல்லை (கணப்பொழுதேனும் தங்கி தாமதிக்க முடியாது). இருப்பது PLAY மற்றும் STOP பொத்தான்கள் மட்டுமே. STOP பொத்தானை நாம் அழுத்த முடியாது. எஞ்சி இருப்பது PLAY பொத்தான் மட்டுமே. PLAY என்ற சொல்லுக்கு விளையாட்டு, நாடகம், இசைத்தல், நடித்தல், விளையாடுதல் எனப் பல அர்த்தங்கள். எனவே நேற்றைய கவலைகளையும், நாளைய அச்சங்களையும் மறந்து, இன்றைய நாடகத்தின் எமது பாத்திரத்தை உணர்ந்து, இசைத்து, நடித்து, விளையாட வாழ்க்கை ஒரு தொடர் கொண்டாட்டமாகும்.

20.03.2021

நம் உள்ளிருந்து வருவதே உண்மை மகிழ்ச்சி. மகிழ்ச்சி என்பது நமது தெரிவு; நமது அகத்தின் தீர்மானம். அதனைப் பிற மனிதர்களும், புறச்சூழ்நிலைகளும் தீர்மானிக்க இடமளிக்கும்போது நமது மகிழ்ச்சி நமது கட்டுப்பாட்டிலிருந்து கைநழுவிப் போகிறது.

இனிய பன்னாட்டு மகிழ்ச்சி நாள் நல்வாழ்த்துகள்!

#internationaldayofhappiness. (March-20)

20.03.2021

பகைவனுக்கருள்வாய் நன்னெஞ்சே!

காற்றுக்கும் மரங்களுக்குமான போராட்டம் முடிவற்றது. மரங்களை அசைத்துப்பார்க்கும், முடிந்தால் வேரோடு பிடுங்கி எறியும் முனைப்புடன் காற்று வீசிக்கொண்டே இருக்கிறது. காற்றை எதிர்த்து நிமிர்ந்து நிற்கும் தொடர் முயற்சியில் மரங்களின் வேர்களும், அடிமரமும் பலம்பெறுகின்றன. அதனால் மரங்கள் என்றும் காற்றை சபிப்பதில்லை. அவற்றிற்குத் தெரியும் தாங்கள் வீரியம் பெற காற்றே காரணமென்று. அதேபோல் நம்மை அசைத்துப் பார்க்கிற மனிதர்களாலும் சூழ்நிலைகளாலும் உண்மையில் நாம் உரமேற்றப்படுகிறோம். நம் பலத்தை நாம் அறிய, அதிகரித்துக்கொள்ள அத்தகைய அனுபவங்கள் நமக்கு அவசியமாகின்றன. எனவே நம்மை வீழ்த்த முயலும் மனிதர்களும், சூழ்நிலைகளும் உண்மையில் நமக்கு பகையல்ல.

23.03.2021

நமக்கான உலகம்

தொலைக்காட்சி பார்த்துக்கொண்டிருக்கும்போது தொந்தரவு செய்த மகளின் கவனத்தைத் திசைத்திருப்ப உலகப்படம் அச்சிடப்பட்டிருந்த ஒரு காகிதத்தைச் சிறு துண்டுகளாக கிழித்து அவற்றைச் சரியாக பொருத்தும்படி சொன்னார் தந்தை. ஆசியா எங்கிருக்கிறது, அமெரிக்கா எங்கிருக்கிறது என்று அறியாத மகள் ஐந்தே நிமிடங்களில் உலகப்படத்தைப் பொருத்தி ஒட்டிக் காண்பித்தாள். ஆச்சரியப்பட்ட தந்தை எப்படி என வினவ, மகள் சொன்னாள் “அப்பா.. நீங்கள் அந்தக் காகிதத்தை கிழிக்கும்போது அதன் பின்புறம் ஒரு மனிதனின் தலை அச்சிடப்பட்டிருப்பதை கவனித்தேன். உலகப்படத்தில் நாடுகள் எங்கிருக்கின்றன என்று எனக்குத் தெரியாது. ஆனால் ஒரு மனிதனின் கண், காது, மூக்கு முதலியவை எங்கிருக்கின்றன என எனக்குத் தெரியும். மனிதனைப் பொருத்தினேன், உலகம் பொருந்திவிட்டது”.

கதை சொல்லும் நீதி:

‘உன்னை மாற்று; உலகம் மாறும்’.

நம்மை பிரதிபலிக்கும் கண்ணாடியே உலகம். எதனைத் தேடுகிறோமோ அதனையே கண்டடைகிறோம். எதனைக் கொடுக்கின்றோமோ அதனையே பெறுகிறோம். அன்பு வேண்டுமா?

அன்பைக் கொடுப்போம். புரிந்துக்கொள்ளப்பட வேண்டுமா? புரிந்துகொள்வோம். பிறர் நம்மிடம் உண்மையாய் இருக்கவேண்டுமா? நாம் உண்மையாய் இருப்போம். நம்மிலிருந்து உருவாகிறது நமக்கான உலகம்.

25.03.2021

விருட்சங்களைத் தாங்கும் வேர்கள்

ஒரு மரம் பச்சைப்பசேலெனக் காட்சி தருகிறது. மனதைக் கொள்ளைகொள்ளும் வண்ண மலர்கள் பூத்துக் குலுங்குகின்றன. பார்ப்பவர்கள் அதன் அழகில் மயங்கி அதனைப் போற்றி, ஆராதித்துச் செல்கிறார்கள். ஆனால் கண்ணுக்குத் தெரியாமல் மண்ணுக்குள் புதைந்திருக்கும் அதன் வேர்களை யாரும் அறிவதில்லை. விதையிலிருந்து வெளிவந்தது முதல் அதற்கு உணவும் நீரும் ஊட்டியதும், அதன் இலைகள் வீழும் போதெல்லாம், கிளைகள் வெட்டப்படும் போதெல்லாம், புத்திலைகள் துளிர்க்கவும், வெட்டிய கிளைகள் வளரவும் காரணமாய் இருப்பதும், காற்றின் அலைக்கழிப்பில் மரம் சாய்ந்து விடாமல் தாங்கிப் பிடிப்பதும் வேர்களே. அன்னை, தந்தை, ஆசிரியர், உறவினர்கள் நண்பர்கள், முகம் தெரிந்த, தெரியாத மனிதர்கள் என எத்தனை வேர்களால் நாம் உருவாக்கப்படுகிறோம்; உரமேற்றப்படுகிறோம்; உயிர்ப்புடன் இருக்கிறோம்! இந்தப் பேருண்மையை உளப்பூர்வமாக உணர்ந்தால், அதன் பேரொளியில் தன்முனைப்பு என்னும் காரிருள் காணாமல் போகும்; பணிவு என்னும் அரும்பண்பு பரிமளிக்கும்.

27.03.2021

அன்பு என்னும் விதி

மத ஒற்றுமையை வலியுறுத்தும் நேற்றைய ஹோலிப் பண்டிகை காணொளிப் பதிவுக்கு நிறைய emoji பின்னூட்டங்கள். பார்த்த பலரின் நெஞ்சங்களும் விம்மி தணிந்ததில் வியப்பில்லை. வாட்ஸ்அப் வழியாக வந்த சில பின்னூட்டங்களுக்கு எனது பதில்களைப் பகிர்ந்து கொள்கிறேன்.

1.அன்பே சிவம்

பதில்: அன்பே சிவம்

அன்பே அல்லா

அன்பே இயேசு

அன்பே

அனைத்துக்கும் மூலமான அருட்பேராற்றல்!

2. இதயம் நடுங்குகிறது (heart trembling)

பதில்: அன்பு பொங்கி வழிந்தோடும் பொழுது அது நடக்கும்.

3. காணொளியைப் பார்த்து முடித்ததும் கண்ணீர் பெருகி கன்னங்களில் வழிந்தோடுகிறது. Thanks for sharing it Selva. Why can't we all live happily ever after?

பதில்: அந்த 'ever after' தருணத்திற்காக காத்திருப்பதில்தான் பிரச்சினையே இருக்கிறது. அன்பு செய்தலை இப்போதே, இந்த கணத்திலிருந்தே ஆரம்பிக்கலாம். மனிதம் இன்னும் மங்கும் வரை காத்திருந்தால் காலம் கடந்து விடும்.

அன்பு செய்வதற்கு நேரம் காலம் பார்க்க தேவையில்லை. ஆனால் நாம் காத்திருக்கிறோம். நீ என் இனமாக இருந்தால், நீ என் மதமாக இருந்தால், நீ என் சாதியாக இருந்தால், என் விருப்பப்படி நீ நடந்துகொண்டால் என பல நிபந்தனைகளுடன் காத்திருக்கிறோம். அன்பு விலைக்கழிவா என்ன, நிபந்தனைகளுடன் கொடுப்பதற்கும் பெறுவதற்கும். அன்பு என்பது விதிவிலக்கல்ல, அன்பே விதியாகும் வாழ்வில் ஆனந்தம் அலைமோதும்.

30.03.2021

அமைதி என்னும் அருமருந்து

எதனை நோக்கிய ஓட்டம் இது? எது எம்மைக் காலையில் விழிக்கச் செய்து உந்தித் தள்ளி ஒட்டத்திற்கு தயார் செய்கிறது? உண்மையில் நம் தேடல்தான் என்ன? கொஞ்சம் நின்று நிதானித்து சிந்தித்தால் உண்மை புரியும். மேலோட்டமாக பார்த்தால் இந்த வாழ்க்கை இன்பத்தைத் தக்கவைத்துக்கொள்ளவும், துன்பத்தைத் தவிர்ப்பதற்குமான போராட்டம் போலவே தோன்றும். ஆயினும் உண்மை அதுவன்று. இன்பம், துன்பம் இரண்டுமே உணர்ச்சி எழுச்சி நிலைகள். துன்பமானது வலியையும், வேதனையும் தருவதைப் போலவே இன்பமும் அதன் உடையும் புள்ளியைத் தாண்டும்போது துன்பமாக மாறுகிறது. இனிப்புப் பண்டமொன்று உண்ணும்போது இன்பம் தருகிறது என்பதற்காக தொடர்ந்து சாப்பிட்டால் ஒரு புள்ளிக்கப்பால் குமட்டல் எடுத்து துன்பமாக மாறுகிறது. உண்மையில் எல்லா இன்பங்களும் இத்தகையனவே. ஒரு புள்ளியைக் கடக்கும்போது சலிப்பாக மாறுகிறது. நீடித்த சலிப்பும் ஒருவித துன்பமே. எனின், துன்பத்தை தவிர்க்கத் தவிக்கும் இந்த மனதின் உண்மையான தேடல் எது? அது உணர்ச்சி எழுச்சி அற்ற நிலையாகிய 'அமைதி' (peace). இதனையே நாம் சமாதானம் என்றும், நிம்மதி என்றும் கூறுகிறோம். ஆழமாக சிந்தித்துப் பார்த்தால் நாம் படிப்பது, தொழில் செய்வது, சம்பாதிப்பது முதலிய நமது அனைத்து செயல்களும் இதனை நோக்கியதே

என்பது புரியும். அமைதியே வாழ்க்கைச் சக்கரத்தின் அச்சாணி. அமைதியை நமது வாழ்க்கையின் மையப்புள்ளியாக மாற்றிக்கொள்ளும்போது நமது இருப்பு அர்த்தம் பெறுகிறது. அதற்கான எளிய வழி நமது அமைதியைக் குலைக்கின்ற பொருள், மனிதர், சூழ்நிலை, அவை எத்தனை பெறுமதிமிக்கதாய் இருப்பினும், அவற்றிலிருந்து விலகிச் செல்வதே. கண்களை இழந்த பின் கண்ணாடியால் என்ன பயன்?

02.04.2021

வாழ்க்கையெனும் வங்கிக்கணக்கு

நேர்த்தியாக உடையணிந்த முதியவர் ஒருவர் முதியோர் இல்லத்தில் வசிக்க வருகிறார். அண்மையில்தான் அவரது மனைவி மரணித்திருந்தார். இனிமேலும் அவரால் தனியாக வீட்டில் இருக்க முடியாது.

வரவேற்பறையில் வெகுநேரம் அமர்ந்திருந்த பின் அவரது அறை தயாராகிவிட்டதைச் சொன்னபோது மெல்லிய புன்னகையுடன் எழுந்தார்.

தனது கைத்தடியை ஊன்றியவாறு மின்தூக்கியை நோக்கி நடந்தவரிடம் அவருக்கு ஒதுக்கப்பட்ட அறையைப்பற்றி இல்லத்தின் பணியாளர் விவரிக்கத் தொடங்கினார். அங்குள்ள தளபாடங்கள், ஜன்னல் திரை என ஒவ்வொன்றாக விவரித்தார்.

"எனக்கு அந்த அறை ரொம்ப பிடித்திருக்கிறது" – புதிய விளையாட்டுப் பொருள் கிடைத்த சிறுவனின் உற்சாகமும், குதூகலமும் அவர் குரலில்.

"ஐயா... நீங்கள் இன்னும் அறையை பார்க்கவே இல்லை... கொஞ்சம் பொறுங்கள் இதோ அறைக்கே வந்துவிட்டோம்"

"எனது மகிழ்ச்சி அந்த அறை சம்பந்தப்பட்டதல்ல" – முதியவர் தொடர்ந்தார்.

"மகிழ்ச்சி என்பது நான் ஏற்கனவே தீர்மானித்த ஒன்று. அது அறையின் தளபாடங்களிலோ,

அலங்காரத்திலோ தங்கியிருக்கவில்லை. நான் அதை எப்படி நோக்க தீர்மானித்திருக்கிறேன் என்பதில் இருக்கிறது"

"நான் எனது நாளை முதுமையினால் ஒத்துழைக்க மறுக்கும் எனது உடலின் அங்கங்களைப்பற்றிப் புலம்புவதில் கழிக்கலாம். அல்லது காலையில் எழுந்து இன்னும் சரியாக இயங்கும் உறுப்புகளுக்காக வானம் நோக்கி கைகூப்பி நன்றி சொல்லலாம்.

"ஒவ்வொறு நாளும் ஒரு வரம். என் கண்களைத் திறந்து பார்க்க முடியும்வரை ஒவ்வொறு நாளின் அழகையும் இரசிப்பேன். எல்லா இன்ப நினைவுகளையும் மீட்டிப் பார்ப்பேன்."

"முதுமை என்பது வங்கிக்கணக்குப் போன்றது. வாழ்க்கை முழுவதும் வைப்பிலிட்டதை கொஞ்சம் கொஞ்சமாகத் திரும்பப் பெறுகிறோம்."

"எனவே எனது அறிவுரை என்னவெனில் வாழ்க்கை எனும் வங்கிக் கணக்கில் நிறைய மகிழ்ச்சிமிகு நினைவுகளை வைப்பிலிடுங்கள்"

04.04.2021

இயற்கையின் பாடங்கள்

இயற்கை என்னும் பேராசான் நமக்கு கற்றுத்தரும் பாடங்கள்தான் எத்தனையெத்தனை! மொட்டவிழ்த்து மணம் பரப்பும் மல்லிகை தான் இருக்கும் இடத்திற்கு ஏற்ப வாசம் வீசுவதில்லை. செல்வந்தரின் பூந்தோட்டம், ஏழையின் சிறு முற்றம், குப்பைமேடு, சாக்கடைக்கு அருகே என அது எங்கிருந்தாலும் ஒரே மாதிரியான நறுமணத்தையே காற்றில் தவழ விடுகிறது. ஏனெனில் நறுமணத்தை நல்குவது மல்லிகையின் இயல்பு. எந்தச் சூழ்நிலையிலும் அது தனது இயல்பை மாற்றிக்கொள்வதில்லை. நாம் மட்டும் ஏன் இடம் பார்த்து, ஆள் பார்த்து, அளவு பார்த்து அன்பு செலுத்த பழகியிருக்கிறோம்? மனிதன் என்றால் மனது இதமானவன் என்கிறார் வேதாத்திரி மகரிஷி. அன்பு என்பது இதமான மனதின் இயல்புதானே. அந்த இயல்பு மாறாமல் இருந்தால் வாழ்க்கையின் எல்லாக் காலங்களும் வசந்த காலமாகவே இருக்கும்.

அன்பைத் தேர்ந்தெடு! அன்பைத் தேர்ந்தெடு!

அந்த அழகிய அன்பு இல்லாத வாழ்வு

பெருஞ்சுமையின்றி வேறில்லை (ரூமி)

08.04.2021

இயற்கை மனிதர்களை இணைத்து வைக்கும் விதம் விசித்திரமானது. வாழ்க்கைப் பயணத்தின் ஆரம்பம் முதல் பலர் இணைந்து பயணித்தாலும் இடையில் சந்திக்கும் ஒருசிலர் மீது இனந்தெரியாத அன்பும் பாசமும் பொங்கிப் பிரவாகிப்பது எப்படி? இது வாழ்க்கையின் விளக்க முடியாத விசித்திரங்களில் ஒன்றன்றி வேறில்லை. அத்தகைய இதமான உறவுகளை இறுகப் பற்றிக்கொண்டால் இந்த வாழ்வு இனிதாகும். இயற்கையின் எல்லா ஏற்பாடுகளிலும் இருக்கிறது ஏதாவது ஒரு அர்த்தம்.

09.04.2021

அடையக் கூடியது அமைதி

அமைதியை வாழ்வின் மையப்புள்ளியாக ஆக்கிக்கொள்வது எப்படி? உண்மையில் அமைதிதான் நமது இயல்பு. அன்னையின் கருவறையில் அமைதி. காலமானதும் கல்லறையிலும் அமைதி. இடையில்தான் இத்தனை ஆரவாரங்களும். உண்மையில் நாம்தான் நமது அமைதி குலைய அனுமதிக்கிறோம் என்பது ஆச்சரியமான உண்மை. புறச் சூழ்நிலைகளாலும், மனிதர்களாலும் நாம் உணர்ச்சிவசப்படும்போது நமது மூளை சிந்திக்கும் திறனை இழந்து எதிர்வினையாற்றுகிறது (reactive). உதாரணமாக ஒருவர் நம்மை கோபப்படுத்தும் நோக்கில் செயலாற்றும்போது, அந்தப் பொறியில் சிக்கி நாம் கோபப்படுவது எதிர்வினை. அவரது நோக்கம் நிறைவேறுகிறது. நாம் பலவீனப்படுகிறோம். அவரது நோக்கம் அறிந்து நாம் கோபப்படாமல் இருப்பது நேர்வினை (proactive). எதிர்வினைகள் சாதகமான விளைவுகளைத் தருவதில்லை. நேர்வினைத்திறனைத் தக்கவைத்துக்கொள்ள தேவை மனிதரைப்பற்றிய, சூழ்நிலைகளைப்பற்றிய அயராத விழிப்புநிலை (constant awareness). அத்தகைய விழிப்புநிலையே அமைதிமிகு வாழ்க்கையின் அஸ்திவாரம். அமைதியின் அரவணைப்பில் அனைத்தும் சாத்தியமாகும்.

10.04.2021

கடந்து போன காலங்கள்

மனிதனுக்கு வாய்த்த அற்புத வரங்களில் ஒன்று மறதி. மறக்கும் சக்தி மட்டும் மனிதனுக்குக் கிடைத்திராவிட்டால் மனித குலம் இன்று ஒரு மனநோயாளிக் கூட்டமாக மாறிப்போயிருக்கும்.

எனினும் நாம் கடந்த கால இழப்புகளை, தோல்விகளை, துயரங்களை நினைத்து நினைத்து வேதனைப்பட்டு, இன்று நம் கையில் பொக்கிஷமாய்க் கிடைத்திருக்கும் நிகழ்காலத்தையும், அற்புத வாய்ப்புகளோடு காத்திருக்கும் எதிர்காலத்தையும் கைநழுவவிட்டுத் தடுமாறுகிறோம்.

கரையைவிட்டு அகன்று செல்லும் தைரியம் உள்ளவர்களால்தான் புதிய தேசங்களைக் கைப்பற்ற முடிகிறது.

நடந்து முடிந்த ஓட்டப்போட்டியில் தோல்வியைத் தழுவிய வீரன் அந்தத் தோல்வியைப் பற்றியே நினைத்திருந்தால் இனி எந்தப் போட்டியிலாவது வெல்ல முடியுமா? நேற்றைய நஷ்டத்தை மறந்தால்தானே ஒரு வியாபாரியால் இன்றைய வியாபாரத்தை கவனிக்க முடியும்; இலாபம் ஈட்ட முடியும்? நடந்து முடிந்த தேர்வில் கோட்டை விட்ட மாணவன், அதனை மறந்து கவனமாக படித்தால்தானே அடுத்தத் தேர்வில் தேர்ச்சி பெற முடியும்?

கடந்தகால இழப்புகள், தோல்விகள் மூலம் பாடம் கற்றுக்கொள்ள வேண்டுமே தவிர, சுயபச்சாதாபப்பட்டு கடந்தகாலத்திலேயே தங்கித் தாமதிக்கலாமா?

வாழ்க்கைப் பயணத்தில் ஒரு கதவு மூடும்போது இன்னொன்று தானாகத் திறந்துகொள்ளும் என்பது இயற்கையின் நியதி. ஆனால் நாம் மூடிய கதவையே வெறித்துக்கொண்டு இருப்பதால் திறந்திருக்கும் கதவை கவனிக்கத் தவறி விடுகிறோம்.

ஒளிமயமான எதிர்காலம் என்பது மறக்கப்பட்ட இறந்தகாலத்திலேயே தங்கியிருக்கிறது. வாழ்க்கையின் முன்னோக்கிய பயணத்திற்கு நடந்து முடிந்த தோல்விகளையும், வேதனைகளையும் கடந்தேயாக வேண்டும்.

நேற்று என்பது உடைந்த பானை.

நாளை என்பது மதில்மேல் பூனை.

இன்று என்பது கைகளில் இருக்கும் வீணை.

வீணையை இசைப்பதும், வீசி எறிவதும் நமது கைகளில்தான் இருக்கிறது.

12.04.2021

அச்சம்

கடலுக்குள் நுழைவதற்கு முன்
நதி அச்சத்தினால் நடுங்குமென்று சொல்லப்-
படுவதுண்டு
மலைகளின் உச்சிகளிலிருந்து புறப்பட்டு
காடுகளையும் கிராமங்களையும் ஊடறுத்து
தான் கடந்து வந்த
வளைந்து நீண்ட பாதையை
நதி நங்கை திரும்பிப் பார்க்கிறாள்
தன்னெதிரே பரந்து விரிந்த
பெருங்கடலை அவள் காண்கிறாள்
அதனுள் நுழைவதென்பது
என்றென்றுக்குமாய் காணாமல் போவது
ஆனால் வேறு வழியில்லை
நதியால் திரும்பிச் செல்ல முடியாது
யாராலும் திரும்பிச் செல்ல முடியாது
திரும்பிச் செல்லுதல் என்பது
இருத்தலில் இயலாத ஒன்று
நதி கடலினுள் நுழையும் ஆபத்தை
எதிர்கொள்ள வேண்டும்

ஏனெனில்

அப்போதே அச்சம் அகலும்

ஏனெனில்

அப்போதே அந்த சங்கமம் என்பது

கடலில் கலந்து காணாமல் போவதல்ல

தானும் கடலாகவே ஆகி விடுதல்

என்பதை நதி அறியும்

மூலம்: FEAR by Khalil Gibran

தமிழில்: சுப்ரமண்ய செல்வா

19.04.2021

பூக்கள் சொல்லும் பாடம்

சென்னையில் எங்கள் வீட்டு பால்கனியில் இருந்து பார்த்தால் தெரியும் இந்தப் பூக்களைச் சென்ற வருடமும் இதே காலகட்டத்தில் பார்த்தேன். மரத்தின் பச்சை இலைகளை மறைக்கும் அளவுக்கு இந்த இளஞ்சிவப்பு பூக்கள் கொத்துக் கொத்தாய் இன்னும் பூக்கும். சென்ற வருடமும் இப்படித்தான் நடந்தது. பிறகு சிறிது காலத்தில் பூக்கள் ஒவ்வொன்றாய் உதிரத் தொடங்கின. புது மொட்டுகளும் இல்லை. பிறகு இலைகள் மஞ்சளாகிக் காய்ந்து கொட்டத் தொடங்கின. சில வாரங்களுக்கு மரம் ஒற்றை இலைகூட இல்லாத பட்டமரமாய் காட்சியளித்தது. இனி என்றுமே பச்சை இலைகள் துளிர்க்காது, வண்ண மலர்கள் பூக்காது போன்றே தோன்றியது. ஆனால் சில காலத்துக்குப் பிறகு அந்த மாயம் அரங்கேறத் தொடங்கியது. அங்கொன்றும் இங்கொன்றுமாய் இளம்பச்சை இலைகள் துளிர்க்கத் தொடங்கின. சில வாரங்களுக்கு பிறகு மரம் கரும்பச்சை புத்திலைகளால் நிறைந்து கம்பீரமாய் நிமிர்ந்து நின்றது. இதோ மீண்டும் மொட்டவிழ்ந்த கொத்து மலர்கள் காற்றில் அசைந்தாடி கண்களையும் மனங்களையும் கொள்ளை கொள்கின்றன. அதனைப் பார்த்து அமர்ந்திருக்கும் இந்த நொடியிலும் ஒற்றை வண்டொன்று ஒவ்வொரு மலர் மீதும் அமர்ந்து இயன்றவரை தேன் அருந்தத் துடிக்கின்றது. ஒரு நாள் இந்த பூக்களும் உதிர்ந்து

மரம் மீண்டும் பட்டுப்போகும். அதன் பிறகு மீண்டும் இலைகள் துளிர்க்கும்; பூக்கள் பூக்கும்; வண்டுகள் திரும்பி வந்து தேனருந்திச் செல்லும். வாழ்க்கைச் சக்கரத்தின் ஏற்ற இறக்கங்களை இந்த மரத்தைக் கொண்டு எடுத்துச் சொல்லும் இயற்கையைவிட எந்தப் பெரிய ஞானியால், என்ன வார்த்தைகளைக் கொண்டு விளக்கிவிட முடியும்!

இயற்கையில்எல்லாம்அழகுதான்.நடுத்தரவயதைக் கடந்த பழுத்த மஞ்சள் இலைகள், முதுமையைத் தொட்டு நிற்கும் உலர்ந்த மண் நிற இலைகள், அனைத்தையும் இழந்து அனாதை போல் நிற்கும் பட்டமரம், சின்னஞ் சிறுமிகளாய் ஓடித்திரிந்து குமரிகளாய் உருமாறும் பெண்களைப்போல் மீண்டும் இளம்பச்சையாய்த் துளிர்த்து கரும்பச்சையாய் நிறம் மாறும் இலைகள், கள்ளம் கபடமற்று சிரிக்கும் சின்னஞ்சிறு குழந்தைகள் போல் இதழ் விரித்தாடும் மலர்கள் என இயற்கையில் எல்லாமே அழகுதான். நாம்தான் அதனை பார்த்து ரசிக்கும் குழந்தைத்தனத்தைத் தொலைத்துவிட்டு ஓடிக்கொண்டிருக்கிறோம்.

19.04.2021

விடை தேடும் வினாக்கள் (ஒரு மீள்பதிவு)

சில காலத்துக்கு முன்பு ஒவ்வொரு திங்கட்கிழமை இரவும் இலங்கை சூரியன் FM வானொலியில் 'இதயத்தோடு இதயம்' நிகழ்ச்சியில் பங்கேற்பதுண்டு. அது நேயர்களின் தனிப்பட்ட வாழ்க்கை சிக்கல்களுக்கு ஆலோசனை கூறும் நிகழ்ச்சி. நிகழ்ச்சி முடிந்து வீடு திரும்ப நள்ளிரவு ஆகிவிடும். அன்றைய மனநிலையில் எழுதியது. இன்றும் பொருத்தமாக இருப்பதால் இந்த மீள்பதிவு.)

கேள்விகளால் நிறைந்து வழிகின்றன எனது திங்கள் இரவுகள். சூரியன் பண்பலை நிகழ்ச்சி முடித்து வீடு திரும்பும் வழியெங்கும் இறைந்து கிடக்கின்றன வினாக்கள். 'யதார்த்தம் கற்பனையிலும் விசித்திரமானது' என்கிற உண்மை மீண்டும் மீண்டும் நிரூபணமாகிறது. நேயர்கள் பகிரும் மனித துரோகங்களின் மலைப்பிலிருந்து மீள முடிவதில்லை. ஆறாவது அறிவை பேறாக பெற்றது, சிந்தனை ஆற்றல் சித்தித்தது எல்லாம் சக மனிதரைத் திட்டமிட்டு வீழ்த்தத்தானோ? தனக்கு இழைக்கப்படும் துரோகத்தால் தகிக்கும் மனதால் அதனையே எவ்வித குற்றவுணர்ச்சியுமின்றி மற்றவருக்கு எப்படி இழைக்க முடிகிறது தன்னைப்போல் பிறரை நேசிக்க முடியாவிட்டாலும், பிறர் வலி தன்வலி ஒத்ததே என ஏன் உணர முடியாமல் போகிறது? மற்றவரைக் காயப்படுத்தி சுகங்காணும் குரூரம் எங்கிருந்து வந்தது? விலங்குகள்கூட உணவுக்காகத்தானே வேறு

வழியின்றி பிறவுயிர் பறிக்கின்றன? மனிதன் மட்டும் ஏன் மாறுபடுகிறான்? கல்யணத்திற்குப் பின் காதல் ஏன் காணாமற் போகிறது? வருடங்கள் பல காதலித்து விரும்பி இணைந்த மணவாழ்வில் வெறுப்பு எங்ஙனம் குடியேறுகிறது? பரஸ்பரம் இடைவெளி விடாத பந்தத்தின் இறுக்கம் மூச்சுமுட்ட வைக்கும் என்பதை ஏன் புரிந்துகொள்ள முடிவதில்லை? சின்னச் சின்ன கருத்து வேற்றுமைகள், மனக்கசப்புகளை வளரவிட்டு இதயங்கள் இரு துருவங்களாக இடங்கொடுப்பானேன்? கொஞ்சம் கொஞ்சமாய் நஞ்சாக்கும் சந்தேகத்தை நெஞ்சில் சுமப்பானேன்? ஒரே வீட்டிற்குள் குடியிருக்கும் இருவரால் மனம்விட்டு பேசி ஏன் பிரச்சினைகளைத் தீர்க்க முடிவதில்லை? கேள்விகள்... கேள்விகள்... கேள்விகள். விடை காணாத வினாக்களோடு விடிகின்றன செவ்வாய்க் காலைகள்.

21.04.2021

கீழே விழுந்து அழுகின்ற நடைபயிலும் குழந்தையை ஓடிச் சென்று தூக்காமல் அதுவாக எழுந்து நடக்கட்டுமென்று அன்னை பார்த்திருப்பது அதன்மீது கரிசனை இல்லாமையால் அன்று. தானாகவே எழுந்து நிற்கின்ற பலத்தை அது பெறட்டுமென்று. வாழ்க்கை நமக்கு தரும் இன்னல்களும் அவ்விதமே. அவை நம் பலத்தை நமக்கு அடையாளம் காட்ட; நம்மை வலுவூட்ட. உயிரைக் காப்பாற்றிக்கொள்ள ஒருவர் ஓடும் வேகம் ஓட்டப்பந்தய வீரரின் வேகத்தைவிட அதிகமாக இருக்கும். அந்த வேகம் தன்னுள் இருந்ததை அவர் அதுவரை அறிந்திருக்கமாட்டார். செதுக்கப்படும் பாறைதானே கைதொழும் கற்சிலையாகிறது. பல்லாயிரம் ஆண்டுகளின் அழுத்தம்தானே சாதாரண கல்லை மாணிக்கக்கல்லாய் மாற்றுகிறது. நீண்ட தேடுதலுக்கும், தோண்டுதலுக்கும் பின்புதானே தங்கமும், வைரமும் தட்டுப்படுகிறது!

எம்மை எமக்கு அடையாளம் காட்ட இயற்கை தரும் வாய்ப்புகளே இன்னல்கள் எனக்கொண்டால் மன அழுத்தம் மறையும். இன்னல்களை எதிர்கொள்ளும் தன்னம்பிக்கை பெருகும்.

22.04.2021

புவி நாள் சிந்தனைகள்...

நமது உடல் எப்படி உருவானது? தந்தை தாயின் விந்து, முட்டையிலிருந்து. விந்து, முட்டை எப்படி உருவானது? அவர்கள் உட்கொண்ட உணவிலிருந்து. உணவு எங்கிருந்து வந்தது? இந்த மண்ணிலிருந்து. இறுதியில் உடல் எங்கு திரும்பி செல்கிறது? மண்ணுக்கு! மண் நமது இருப்பின் அஸ்திவாரம். மண்ணில் தோன்றி மண்ணில் மறையும் மனிதனுக்கும் மண்ணுக்குமான உறவு மகத்தானது. இன்றைய மனித விஞ்ஞானம் நமது இந்தப் புவியில் மாத்திரமே தாவரங்களும் உயிரினங்களும் உயிர் வாழக்கூடிய சாத்தியக்கூறுகள் இருப்பதாக கூறுகிறது. எனவே மனிதகுலத்தின் பெருஞ்செல்வம் இந்தப் புவி மாத்திரமே. இதன் வளங்கள் குறைந்து, அழிந்துபோகாமல் இருப்பதற்கு இது ஒன்றும் எடுக்க எடுக்க குறையாத அட்சய பாத்திரம் அன்று. எல்லாம் ஒரு நாள் இல்லாமல் போவது இயற்கையின் நியதி. பெற்றோர்கள் ஈட்டிய எத்தனை பெரிய சொத்தையும் குறுகிய காலத்தில் அழித்துவிடும் ஊதாரிப்பிள்ளைகளைப் போல், பொறுப்பற்ற மனிதகுலம் புவி வளங்களின் அழிவு வேகத்தை அதிகரித்துக்கொண்டே இருக்கிறது. இன்றைய சூழ்நிலையில் அதனை வளப்படுத்தாவிட்டால் கூட பரவாயில்லை, அதற்கு ஊறு செய்யாமல் இருப்பதே புவி அன்னைக்கு நாம் செய்யக்கூடிய பெரும் தொண்டு. ஊர் கூடி தேர் இழுப்பது போல் நாம் எல்லோரும் சின்னச்

சின்ன பங்களிப்பின் மூலம் அதைச் சாதிக்கலாம். தேவைப்படுவதெல்லாம் அதைப்பற்றிய அயராத விழிப்புநிலை. இன்றியமையாத தேவைகளுக்காக அன்றி நெகிழிப் (plastic) பாவனையைத் தவிர்த்தல், அப்படியே பாவிக்க வேண்டி வந்தாலும் முடிந்தவரை மீள்பாவனை செய்தல், வீட்டுக் குப்பைகளைச் சரியான முறையில் தரம் பிரித்தல் என சின்னச் சின்னதாய் நாம் அளிக்கக்கூடிய பங்களிப்பு நிறையவே உண்டு. கொஞ்சம் மெனக்கெடல், கொஞ்சம் சங்கடம் பொருத்தல் இருந்தால் போதும். நம் ஒவ்வொருவருடைய சிறு பங்களிப்பும் சிறுதுளி பெருவெள்ளமாய் இப்புவிப் பந்தை குளிர்விக்கும். மண் சுகமாய் சுவாசிக்கும். முன்னோர்கள் நமக்கு விட்டுச்சென்ற இந்தப் பொக்கிஷத்தை நம் குழந்தைகளுக்கு குறைந்த பழுதுடனாவது விட்டுச் செல்லலாம்.

23.04.2021

வாசிப்பு என்ன செய்யும்?

- நாம் அமர்ந்திருக்கும் இடத்திலிருந்து ஓர் அங்குலம்கூட நகராமல் நம்மை புது உலகங்களுக்கு அழைத்துச் செல்லும். புதிய இடங்களை, புதிய காட்சிகளை, புதிய மனிதர்களை, அவர்களின் எண்ணங்களை, ஆசைகளை, விருப்பு வெறுப்புகளை, கலை இலக்கிய கலாச்சாரங்களை, சடங்குகளை, சமூக பொருளாதார அரசியல் வாழ்க்கை முறைகளை நமக்கு அறிமுகப்படுத்தும்.
- நமது கனவுகளில் கூட பயணிக்க முடியாத கடந்த காலங்களுக்கு நம்மை இட்டுச்செல்லும். அந்தக் கால உலகில் அன்றைய மனிதர்களோடு சஞ்சரிக்கும் வாய்ப்பு கிட்டும்.
- உலகத்தைப் பற்றிய, குறிப்பாக மனிதர்கள் பற்றிய நமது பார்வை விசாலமாகும். மனிதர்களைப் புரிந்து கொள்ளவும் அவர்களுடன் நல்லுறவு பேணவும் உதவும்.
- அறிவு பெருகும். அதனால் தன்னம்பிக்கை உயரும்.
- முதல் அறிமுகத்தில்கூட பிறருடன் பேச விடயங்கள் இருக்கும். அதனால் நட்பு வட்டம் பெருகும்.
- கற்பனைத் திறன், மூளையின் செயல்திறன். நினைவாற்றல், மன ஒருமைப்பாடு அதிகரிக்கும்.

- சொல்லறிவு (Vocabulary) அதிகரிக்கும். நமது எண்ணங்களைப் பொருத்தமான சொற்களைப் பயன்படுத்தி தெளிவாக வெளிப்படுத்த முடியும்.
- ஒரு விடயத்தை பல கோணங்களில் நோக்கிப் பகுப்பாய்ந்து சரியான முடிவு எடுக்க உதவும்.
- மன முதிர்ச்சியும் அதனால் மன அமைதியும் வாய்க்கும்.

இப்படியாக இன்னும் நிறைய சொல்லிக்கொண்டே போகலாம். சுருக்கமாகச் சொல்வதானால்,

"வாசிப்பு ஒருவரை முழுமையான மனிதராக்கும்"

(Reading makes a full man - Sir Francis Bacon)

எனவே வாசிப்பை நேசிப்போம்.

24.04.21

எமக்கான ஆசான்கள்

எல்லோரிடமும் இருக்கிறது எமக்கான செய்தியொன்று. அது நமக்கு எப்படி வாழவேண்டும் என்று வழிகாட்டுவதாகவோ அல்லது எப்படி வாழக்கூடாது என்று எச்சரிப்பதாகவோ இருக்கலாம். தங்கள் சொற்களால், செயல்களால் அவர்கள் ஏதோவொன்றைச் சொல்லிச் செல்கிறார்கள். அடையாளம்காணும் ஆற்றல் இருந்தால் நாம் அதிர்ஷ்டசாலிகள். உற்றார், உறவினர், நண்பர்கள், அயலவர், அறிந்த, அறியாத நபர்கள் என எங்கும் நிறைந்திருக்கிறார்கள் எமக்கான ஆசான்கள். ஒரே ஒருமுறை சந்தித்த ஒருவர் சரியான சொற்பிரயோகம் பற்றி எனக்குக் கற்றுத்தந்தார்.

'ஒருவரிடம் "நீங்கள் பொய் சொல்கிறீர்கள்" என்று கூறலாம் அல்லது "நீங்கள் உண்மையை சொல்லவில்லை" என்று கூறலாம்'. சொல்லப்பட்ட விடயம் ஒன்றுதான். ஆனால் கையாளப்பட்ட சொற்கள் வேறு. சொற்களுக்கேற்ப பேசும் தொனியும் இயல்பாகவே மாறும். சிறு உதாரணம் மூலம் இந்தப் பேருண்மையை எனக்கு உணர்த்திச் சென்றவர் ஒரு முகந்தெரியாத சக பயணி. அன்று தொடங்கியது கையாளும் வார்த்தைகள் பற்றிய எனது கவனம். காண்பனவற்றிலெல்லாம் கடவுளைக் காண முயல்வது ஆன்மீகம். காண்பவர்களிலெல்லாம் கற்றுத்தருவோரைக் காண விளைவது அறிவுடமை.

அதுபோல் நம்மையறியாமல் நாமும் மற்றவர்களுக்கு ஆசான்களாய் இருந்துகொண்டிருக்கிறோம். எமது சொற்களும், செயல்களும் எப்படி இருத்தல் உன்னதம்? வழிகாட்டுவதாகவா அல்லது எச்சரிப்பதாகவா?

25.04.2021

மாணவ மனநிலை

நேற்றைய பதிவுக்கு ('எமக்கான ஆசான்கள்') வாட்ஸ்அப் வழியாக வந்த ஒரு பின்னூட்டம்:

காண்போரிடமிருந்தெல்லாம் கற்றுக்கொள்வது.... அறிவு ! நல்ல செய்தி.

அதற்கு "தான்" என்பதை விட்டொழிக்க வேண்டுமல்லவா. அதனால்தான் பலருக்கும் அது கடினமாக உள்ளது.

முற்றிலும் உண்மை. "மாணவன் தயாராய் இருக்கும்போது குரு தானே தோன்றுவார்" என்று சொல்லப்படுவதுண்டு. மாணவ மனநிலை வாய்ப்பது பெரும்வரம்.

எங்கும் நிறைந்துள்ள ஆசான்களைக் கண்டுகொள்ள சரியான கண் வேண்டும். அந்தக் கண் திறப்பது 'நான்' என்னும் தன்முனைப்பு நம்மை விட்டு விலகும்போதுதான். 'நான்' என்ன செய்யும்? தனக்கு அனைத்தும் தெரியும் என்று இறுமாப்புக் கொள்ளும். கண்டவரிடமிருந்தெல்லாம் கற்றுக்கொள்வதா என்று கேள்வி கேட்கும். தம்மைவிட வயதில், கல்வியில், பொருளாதார நிலையில் குறைந்தவர்களிடமிருந்து கற்றுக்கொள்ள மறுக்கும். எனவே தன்முனைப்பு

விலகிய, பணிவு என்னும் அழகிய பாதையில் பயணிப்பவர்களால் மட்டுமே எல்லோரையும் ஆசான்களாய்க் கொள்ளுதல் சாத்தியம்.

26.04.2021

தோற்றுவிடுவோமோ, தவறிழைத்து விடுவோமோ என்ற தயக்கத்திலும் பயத்திலும் கற்கத் தவறிய விடயங்கள் எத்தனை எத்தனை! ஆங்கிலம் பேசுவதிலிருந்து ஆடல் பாடல் கற்றுக்கொள்வது ஈறாக ஆசையும் பயமுமாய் தவறவிட்ட தருணங்களால் நிறைந்திருக்கிறது பலர் வாழ்வு. வெற்றி வேட்கை மிக்கவர்கள் வெட்கப்படுவதில்லை. தவறுகளையும், தோல்விகளையும் அவர்கள் தலைகுனிவாகக் கொள்வதில்லை. மாறாக அவற்றை அவர்கள் கற்றுக்கொள்ளும் வாய்ப்புகளாக ஆக்கிக்கொள்கிறார்கள். ஆயிரம் தோல்விகளுக்குப் பிறகு மின்குமிழைக் கண்டுபிடித்த தாமஸ் ஆல்வா எடிசன் அவர்களிடம் அவருடைய தோல்விகளைப் பற்றிக் கேட்டபோது அவர் சொன்னது:

“அவை தோல்விகள் அல்ல. ஒரு மின்குமிழை எப்படி உருவாக்க முடியாது என்பதை ஆயிரம் வழிகளில் அறிந்துகொண்டேன். அத்தோடு மின்குமிழ் என்பது ஆயிரம் அடிச்சுவடுகளுக்குப் பின் கைகூடிய ஒரு கண்டுபிடிப்பு.”

எடிசன் போன்ற மனிதர்கள் தவறுகளுக்கும் தோல்விகளுக்கும் தளர்ந்திருந்தால் நாம் இன்னும் காட்டுவாசிகளாகவே காலம் கழித்துக்கொண்டிருப்போம். எனவே அறமற்ற செயல்கள் தவிர மற்றெதற்கும் அச்சமுமோ வெட்கமோ படாமல் இருத்தலே அறிவுடைமை.

27.04.2021

நம்பிக்கை

தந்தையின் விரல் பிடித்து வீதி கடக்கக் காத்திருக்கும் குழந்தை வேடிக்கை பார்த்து நிற்கிறது. விரைந்து கடக்கும் வாகனங்களின் இரைச்சல் அதற்கு அச்சம் தருவதில்லை. அதற்குத் தெரியும், வீதியின் மறுபக்கத்திற்குத் தந்தை தன்னைப் பாதுகாப்பாக இட்டுச்செல்வாரென்று. இது குருட்டு நம்பிக்கையன்று; அறுதியான, நிபந்தனையற்ற நம்பிக்கை. வாழ்க்கை மீதான நமது நம்பிக்கையும் இத்தகையதாக இருப்பின் நமது வாழ்வு அமைதிமிக்கதாக இருக்கும். ஏற்ற இறக்கங்கள் என்பது வாழ்க்கையின் மாற்ற முடியாத நியதி. ஏற்றங்களின் போது உவகைகொள்ளும் நாம், இறக்கங்களின் போது தளர்ந்துபோகிறோம்; சிலவேளைகளில் உடைந்துபோகிறோம். ஆனால் ஆழ்ந்து சிந்தித்தால் நமக்கு இருப்பது இரண்டே தெரிவுகள்தான் என்பது தெளிவாகத் தெரியும். ஒன்று அழுது புலம்பி சுய இரக்கப்பட்டு நமது நாட்களை நரகமாக்கிக் கொள்ளலாம். அடுத்தது வாழ்க்கை மீதான, நாளை நீதானே நம்பிக்கையில் இன்னல்களை எதிர்கொள்ளலாம். தெரிவு நமது கைகளில்தான் இருக்கிறது. தண்ணீரில் மூழ்குபவர் எதையாவது பற்றிக்கொண்டு கரை சேர்வது போல், நாம் பற்றிக்கொள்ளும் நம்பிக்கை நமது நாட்களை நலமுடன் நகர்த்திச் செல்லும். நம்பிக்கைதானே நம் உயிர் மூச்சு!

29.04.2021

செவிச்செல்வம்

“பெரும்பாலோர் புரிந்துகொள்வதற்காக அன்றி பதில் சொல்வதற்காகவே செவிமடுக்கிறார்கள்” - ஸ்டீஃபன் கவி (Stephen Covey) -

முற்றிலும் உண்மை. பெரும்பாலான தப்பெண்ணங்களுக்கும், கருத்து வேறுபாடுகளுக்கும் காரணமாய் இருப்பது இந்தப் பழக்கம். இந்த மனநிலையில் செவிமடுக்கத் தொடங்கும்போதே மனதிற்குள் ஒரு தற்காப்பு கேடயம் உருவாகத் தொடங்கிவிடுகிறது. (இதற்கு எப்படி பதில் சொல்லலாம்? நமது பதிலை எப்படி நியாயப்படுத்தலாம்? இப்படியாக இன்னும் பல). அப்போது செவிமடுத்தலில் கவனம் குறைந்து பேசுபவரை முழுமையாகப் புரிந்துகொள்ள முடியாமல் போகிறது. இன்னுமொன்று ஒருவர் பேசத் தொடங்கும்போதே அவர் இதைத்தான் பேசப் போகிறார் என்று அனுமானித்து இடைமறித்து பேசுவது. பல வேளைகளில் நமது அனுமானம் தவறாகவே இருக்கும். அதனால் அவர் சொல்ல வந்ததை நாம் அறிந்து அறிந்துகொள்ளும் வாய்ப்பைத் தவறவிடுகிறோம். செவிமடுத்தல் என்பது ஒரு அற்புதக் கலை. அது கைவந்தவர்களுக்கு பிறரின் பேச்சை திறந்த மனதுடன் செவிமடுத்து ஒரு விடயத்தை மற்றவரின் கண்கொண்டு காணும் ஆற்றல் கிட்டும். அனாவசிய தப்பெண்ணங்கள், கருத்து வேறுபாடுகள் உருவாவது தவிர்த்து மனித உறவுகள் மேம்படும்.

30.04.2021

உழைப்புக்கு உரிய மதிப்பு

எங்கள் அடுக்குமாடி குடியிருப்பில் வெளிவாயில் வழியாக வண்டி ஓட்டி கடக்கும்போது அதனை திறந்துவிடும் காவலரைப் பார்த்து தலையசைத்து அல்லது கையசைத்து செல்வதுண்டு. பலர் கண்டும் காணாமல் செல்லும்போது ஒருசிலர் அப்படி செய்வது அவர்கள் முகங்களை மலரச் செய்யும். தாங்களும் அங்கீகரிக்கப்படுகிறோம் என்கிற நிறைவு. உழைப்பின் களைப்பை மீறி சிறு உற்சாகம். அவர்கள் இரவு முழுவதும் கண்விழித்து காவல் காப்பதால்தான் நம்மால் கவலை மறந்து கண்ணயர்ந்து உறங்க முடிகிறது. உணவு, உடை, உறையுள் என்னும் அடிப்படைத் தேவைகள் தொடங்கி நாம் பயன்படுத்தும் இன்னும் பல பொருட்கள் முகம் தெரியாத எண்ணற்ற மனிதர்களின் உழைப்பின் பலன். நமது அன்றாட வாழ்வில் அத்தியாவசியமான அங்கமாய் பலர் இருக்கிறார்கள். வெயிலில் தெரியும் நிழலின் அருமை போல் அவர்கள் இல்லாதபோதுதான் அவர்கள் இருப்பின் மகிமை நமக்குப் புரிகிறது. காலையில் பால் போடுபவர் தாமதமானால் அன்றைய முழு நாளும் அமளிதான். குப்பை எடுப்பவர் ஓரிரு நாள் வராவிட்டால் அனைத்தும் நிலைகுலைந்து போகும். அத்தனை முக்கியமானவர்கள் அவர்கள். இவர்களைப் போல் இன்னும் பலர். எந்தத் தொழில் செய்பவர்களாக இருந்தாலும் அவர்கள் ஒவ்வொருவரினதும் உழைப்பின் கண்ணியம் (Dignity of labour) காப்பது நமது கடமை. அது உழைப்பாளர்

தினத்தன்று ஒரு முகநூல் வாழ்த்துப் பதிவோடு முடிந்து விடுவதில்லை. தலையில் வைத்துக் கொண்டாட தேவையில்லை. ஒவ்வொரு நாளும் சக மனிதர்களாக அவர்களை மதிப்புடன் நடத்துவதே அவர்களுக்கு நாம் அளிக்கும் அங்கீகாரம். உழைப்பாளர் நாள் வாழ்த்துகள்!

01.05.2021

கவனமாயிருங்கள்

உங்கள் எண்ணங்களில் கவனமாயிருங்கள்;

அவை உங்கள் வார்த்தைகளாகின்றன.

உங்கள் வார்த்தைகளில் கவனமாயிருங்கள்;

அவை உங்கள் செயல்களாகின்றன.

உங்கள் செயல்களில் கவனமாயிருங்கள்;

அவை உங்கள் பழக்கங்களாகின்றன.

உங்கள் பழக்கங்களில் கவனமாயிருங்கள்;

அவை உங்கள் குணங்களாகின்றன.

உங்கள் குணங்களில் கவனமாயிருங்கள்;

அவையே நீங்களாகின்றீர்கள்.

அவையே உங்கள் வாழ்க்கைப் பாதையை தீர்மானிக்கின்றன.

(ஆங்கிலத்தில் வாசித்தறிந்தது)

02.05.2021

புறம் பேசும் சுகம்

இன்று ஒரு திருக்குறள் படிக்கக் கிடைத்தது...

"கண்நின்று கண்ணறச் சொல்லினும் சொல்லற்க

முன்இன்று பின்நோக்காச் சொல்." (குறள்:184)

விளக்கம்:

எதிரே நின்று ஒருவரது குறைகளைக் கடுமையாகச் சொன்னாலும் சொல்லலாம், நேரில் இல்லாதபோது பின்விளைவை எண்ணாமல் ஒருவரைப் பற்றிக் குறை சொல்லக்கூடாது.

தவறென்று அறிந்தும் பொதுவாக எல்லோருமே ஈடுபடும் தாழ்வான செயல் புறம்பேசுதல். ஏன் புறம் பேசுகிறோம்?

- பிறரின் குறைகளைப் பற்றி பேசும்போது, நமக்கு அந்தக் குறைகள் இல்லை என்று நமக்கு நாமே கூறிக்கொண்டு சுகம் காணும் முயற்சி. அதனால்தான் அது நமக்கு ஒரு வித மகிழ்ச்சியை, திருப்தியைத் தருகிறது. ஆனால் அது தாழ்வு மனப்பான்மையின் வெளிப்பாடு என்கிறது மனோவியல்.

- சுவாரசியமான விடயங்களைப் பற்றி பேசுவதற்கான அறிவுப்பரப்பு, அனுபவங்கள் அற்றவர்கள் பொழுதுபோக்குக்காக, ஒரு செயற்கையான சுவாரசியத்தை உருவாக்கு-

வதற்காக புறம்பேசுதலில் ஈடுபடுகிறார்கள் என்றும் அது கூறுகிறது.

- அடுத்தது கசப்பான உண்மை - பொறாமையின் காரணமாக.
- புறம்பேசும் கூட்டத்தில் நம்மை நிலை நிறுத்திக் கொள்வதற்காக; நாமும் அவர்களில் ஒருவர் என்பதை காட்டிக் கொள்வதற்காக.
- எப்போதும் கவனத்தின் மையமாக நம்மை வைத்துக்கொள்வதற்காக.
- நமக்குத் தீங்கிழைத்துவிட்டார்கள் என்று நாம் நினைப்பவர்களைப் பழிவாங்குவதற்காக.

ஆழ்ந்து சிந்தித்துப் பார்த்தால் இழந்தால் திரும்பப் பெற முடியாத பொன்னான காலத்தைப் புறம்பேசுதல் கொள்ளையடித்துச் செல்கிறது என்பது தெளிவாகப் புரியும்.

நிறைவாக, இன்னுமொரு குறள்:

"பிறன்பழி கூறுவான் தன்பழி யுள்ளும்

திறன்தெரிந்து கூறப் படும்" (குறள்:186)

விளக்கம்:

அடுத்தவன் குறையை அவன் இல்லாதபோது எவன் கூறுகிறானோ, அவனது குறை அவன் இல்லாதபோது இன்னொருவனால் கூறப்படும்.

05.05.2021

மனமிருந்தால்...

எல்லோருக்கும் உண்டு சக மனிதரை கைதூக்கிவிடும் வல்லமை. பணத்தினால் புரிவது மட்டும் ஈகையன்று. பாரதி கவிதையொன்று நினைவுக்கு வருகிறது.

'நிதி மிகுந்தவர் பொற்குவை தாரீர்

நிதி குறைந்தவர் காசுகள் தாரீர்

அதுவுமற்றோர் வாய்ச் சொல் அருளீர்'

வாய்ச் சொல்லாலும் சக மனிதரை வாழ வைக்க முடியும். வார்த்தைகள் தொலைந்த துக்க வீடுகளில் ஆயிரம் பலம் சேர்க்கும் ஒரு ஆறுதல் அரவணைப்புபோல் ஒரு பரிவுமிகு பார்வைகூட தளர்ந்த மனங்களில் தன்னம்பிக்கையை துளிர்விடச் செய்யும். தேவையானதெல்லாம் அவற்றைத் தருவதற்கான தாராள மனம் மட்டுமே. நம்மை நாடி வருவோர் ஏதாவது ஒரு வகையில் ஏற்றம் பெற்று திரும்பிச் செல்கையில் அர்த்தம் பெறுகிறது நம் இருப்பு.

08.05.2021

ஆயிரம் அற்புதச் சூரியன்கள்

கடந்த சில நாட்களாக பல வருடங்கள் பின்னோக்கி சென்று ஆப்கானிஸ்தானில் வாழ்ந்தேன். ஒரு மெய்நிகர் வாழ்க்கை. 1959லிருந்து 2003 வரை ஹேரட் மற்றும் காபூல் நகரின் தெருக்களில், கோடையின் கடும் வெயிலும், குளிர்காலத்தின் பனி பொழிவும், பெருக்கெடுத்தோடும் காபூல் நதியும், கவிதையும், இலக்கியமும், இசையும், கஜல் பாடல்களும் என மகிழ்ச்சியும், கொண்டாட்டமுமாய் வாழ்ந்த அந்த மக்களின் வாழ்க்கை அரசியல் மற்றும் ஆட்சி மாற்றங்களால் சீரழிந்து சின்னாபின்னமான காட்சிகள் கண்ணெதிரே அரங்கேறின. முடியாட்சி முறியடிக்கப்பட்டு, கம்யூனிச ஆட்சி உருவாகி, சோவியத் யூனியன் ஊடுருவி, பனிப்போர் கால அமெரிக்க சோவியத் வல்லரசுகளின் அதிகார விளையாட்டில் பகடைக்காயாகி, சோவியத்துகளுக்கு எதிராக ஒன்றிணைத்து போரிட்டவர்கள் அவர்கள் திரும்பிச் சென்றதும் தமக்குள்ளே சண்டையிட்டு அந்த அழகிய நாட்டை அலங்கோலமாக்கி, பின்பு வந்த தலிபான்களின் கையில் சிக்கி மக்கள் சீரழிந்து, லட்சக்கணக்கானோர் அகதிகளாகி, ஆண்களுக்கு நிகராய்ப் படித்து பெரும் பதவிகளில் இருந்த பெண்கள் கல்வியும் உரிமைகளும் மறுக்கப்பட்டு அடிமைகள்போல் ஆக்கப்பட்டு.... அத்தனையும்

திரைப்படக் காட்சிகளாய் விரிந்தன. மரியம், ஜலீல், ரஷீத், லைலா, தாரிக், அசீசா, ஜல்மாய்.... அவர்களின் சின்னச் சின்ன சந்தோஷங்களும், பெருந்துயரங்களும் நிறைந்த, சுழற்காற்றில் சிக்கிய சருகென தங்களைச் சுற்றி நடக்கும் அரசியல் மாற்றங்களுக்கேற்ப அலைக்கழிக்கப்படும் அவர்களுடைய அவல வாழ்வு. ஆணாதிக்க குடும்ப கட்டமைப்பில் அல்லலுறும் பெண்களின் பேரவலம். வேறொரு காலத்துக்கு, வேறொரு உலகத்துக்கு இட்டுச்சென்று இத்தனை அனுபவங்களையும் ஒரு புத்தகத்தால் மட்டுமே தர முடியும். அவ்வப்போது வாசிக்கத் தொடங்கி, வேகமெடுத்து, நேரம் போவது தெரியாமல் கதையில் தொலைந்து வாசித்து முடித்தேன். அங்கிருந்து வெளியே வர வெகு நேரம் எடுத்தது. வாய்ப்பு கிடைத்தால் வாசித்துப் பாருங்கள்...

A Thousand Splendid Suns - Novel by Khaled Hosseini.

11.05.2021

அவர்களுக்கென்று சில நிமிடங்கள்...

ஏதாவது படம் பார்க்கலாம் என்று Amazon Primeல் தேடிக்கொண்டிருந்தபோது 'பவர் பாண்டி' படம் கண்களில் பட்டது. முன்பொருமுறை அந்தப் படத்தைப் பார்த்துவிட்டு அதுபற்றி முகநூலில் பதிவிட்டது நினைவுக்கு வந்தது. அதனைத் தேடி எடுத்து மீள்பதிவிடுகிறேன்...

நேற்று இரவு 'பவர் பாண்டி' திரைப்படம் பார்க்கக் கிடைத்தது. படம் முழுவதும் இழையோடிய முதுமைத் தனிமை நெஞ்சைத் தொட்டது. அண்மையில் வாசித்த முகநூல் பதிவொன்று நினைவுக்கு வந்தது.

'சைக்கிள் ஓட்ட கற்றுத்தந்த

அப்பாவின் பொறுமை

அவருக்கு அலைபேசி கற்றுத்தருவதில்

நமக்கு இல்லாமல் போனது ஏன்?'

பிஸி... வேலை... நேரமில்லை எனும் சப்பைக்கட்டுகளால் நாம் அடைவது போலி சமாதானம்; நம்மை நாமே ஏமாற்றிக்கொள்ளும் பேதைமை. பல வேளைகளில் நேரம் கிடைக்கும்போது காலம் கடந்துவிட்டிருக்கும். இளமையில் வறுமை போன்று முதுமையில் தனிமை கொடிது. அதிலும் துணையிழந்தவர்களின் வாழ்வு வெறுமை மிகுந்தது. அந்த முணுமுணுப்பு, முனங்கல், சிடுசிடுப்பெல்லாம் குழந்தைகளின் கவனயீர்ப்புக் கைங்கரியங்களுக்கு

ஒப்பானவை. தங்களுடைய இயலாமையை புரிந்துகொள்ளும் இதயங்களே அவர்களின் தேவை. எமது நேரமே அவர்களின் எதிர்ப்பார்ப்பு. ஒரு பத்து நிமிட செவிமடுத்தலில், உரையாடலில் பறந்துபோகும் அவர்களது பரிதவிப்புகள். தொலைவில் இருக்கும் பெற்றோர்களுடன் தொலைபேசியில் பேசவாவது நேரம் ஒதுக்குங்கள். நமது நேரமின்மையை காரணம் காட்டி நாம் தள்ளிப்போடும் தருணங்களிலெல்லாம் அவர்கள் நம்மை விட்டு வெகுதூரம் விலகிச் செல்கிறார்கள். நாம் காலந்தாழ்த்தி, நேரம் ஒதுக்கி பேச நினைக்கும்போது, காது கொடுத்துக் கேட்க அவர்கள் இல்லாமல் போய்விடலாம். பெரும்பாலான பெற்றோர்களின் மரணங்களில் தாங்கள் தவறவிட்ட தருணங்களை நினைத்தே பிள்ளைகள் பெருங்குரலெடுத்து அழுகிறார்கள். காலங்கடந்த ஞானங்களால் என்ன பயன்?

12.05.2021

கட்டுரைகள்

என்னால் முடியுமா...?

எல்லோரிடமும் எந்நாளும் உண்டு ஒரு கேள்வி. உடற்குறை, உளக்குறைமிக்க எண்ணற்ற மனிதர்கள் எத்தனையோ மகத்தான சாதனைகள் புரிவதைக் கண்டும், கேட்டும்கூட எம்மைவிட்டு விலக மறுக்கும் ஒற்றைக் கேள்வி.

"என்னால் முடியுமா...?"

தயக்கத் தளைகளை நம் கால்களில் இறுகப்பூட்டி நம்மை முன்னேறவிடாமல் முடக்கிப்போடும் கேள்வி. கனவு மொட்டுகள் நம்முள் மலரும்முன்னே கருகச்செய்யும் கேள்வி.

'என்னால் முடியுமா?' என்னும் கேள்விக்குறியை 'என்னால் முடியும்.' என்னும் முற்றுப்புள்ளியாக மாற்றுவது எப்படி?

உண்மையில் 'என்னால் முடியுமா?' என்கிற இந்தக் கேள்விக்கு அடிப்படையாய் இருப்பது தோற்றுவிடுவோமோ என்கிற அச்சம். தோல்வி பயம் தருகின்ற அவநம்பிக்கையினால் முதல் அடி எடுத்து வைக்காமலேயே நனவாகாத கனவுகள் ஆயிரமாயிரம்.

'ஒரு சிலரால் மகத்தான வெற்றிகளை அடைய முடிகிறது என்பதே மற்றவர்களாலும் அது சாத்தியம் என்பதற்கு அத்தாட்சி' என்கிறார் ஆப்ரகாம் லிங்கன். அதனைச் சொல்லுகின்ற அருகதை அவரைத் தவிர வேறொருவருக்கு

இருத்தல் அரிது. ஏனெனில் ஆபிரகாம் லிங்கனின் வாழ்க்கை தோல்விகளின் தொடர்கதை. இதோ மலைக்கவைக்கும் அந்தத் தோல்வி பட்டியல்:

1816ல் அவரின் குடும்பம் தங்கள் குடியிருப்பில் இருந்து பலவந்தமாக வெளியேற்றப்படுகிறது. புதிய இடத்தில் குடில் அமைக்க சின்னஞ்சிறு ஆபிரகாம் லிங்கன் தனது தந்தைக்கு உதவி செய்கிறார்.

1818ல் தனது ஒன்பதாவது வயதில் தாயின் மரணம்.

1831ல் வியாபாரத்தில் தோல்வி.

1832ல் மாநில சட்டமன்ற தேர்தலில் போட்டியிட்டு தோல்வி. அதே வருடம் தான் செய்து வந்த தொழிலையும் இழக்கின்றார். சட்டக்கல்லூரியில் நுழையும் முயற்சியும் தோல்வி.

1834ல் நண்பர் ஒருவரிடம் கடன் வாங்கித் தொடங்கிய வியாபாரத்தில் பெரும் நஷ்டம்.

1835ல் உயிருக்குயிராக காதலித்த, திருமணம் நிச்சயிக்கப்பட்டிருந்த பெண்ணின் திடீர் மரணம்.

1836ல் நரம்பு முறிவு நோயினால் பாதிக்கப்பட்டு ஆறுமாத காலம் படுக்கையில் கழிக்கிறார்.

1838ல் மாநில சட்டமன்றத்தில் சபாநாயகர் ஆகும் முயற்சி தோல்வி.

1843ல் காங்கிரஸ் தேர்தலில் போட்டியிடுவதற்கான முயற்சி தோல்வி.

1848ல் (1846ல் வெற்றி பெற்று இருந்தும்) மீண்டும் காங்கிரஸ் தேர்தலில் போட்டியிடுவதற்கான முயற்சி தோல்வி.

1849ல் ஜனாதிபதி ஆவதற்கு தான் அயராது பாடுபட்ட சசரி டெய்லர் வெற்றி பெற்றதும், தான் எதிர்பார்த்த நில அதிகாரி பதவியைத் தராததால் பெருத்த ஏமாற்றம்.

1854ல் அமெரிக்க செனட் தேர்தலில் தோல்வி.

1856ல் துணை ஜனாதிபதி நியமனத் தேர்வில் தோல்வி.

1858ல் மீண்டும் அமெரிக்க செனட் தேர்தலில் தோல்வி.

என்ன, மூச்சு முட்டுகிறதா? நம்புவதற்கு கடினமாக இருப்பினும் இவை அத்தனையும் உண்மை. நிஜம் கற்பனையிலும் விசித்திரமானது என்பது எத்துணை உண்மை! இத்தனை தோல்விகளையும் ஒரு மனிதர் எப்படி தாங்கிக்கொண்டார்? சின்னச் சின்ன தோல்விகளை எல்லாம் கண்டு துவளுகின்ற, ஏன் தன்னையே மாய்த்துக்கொள்ளும் எல்லைவரை செல்லுகின்ற இந்தக்கால மனிதர்களுக்கு, தோல்விகளைக் கண்டு துவளாத ஆபிரகாம் லிங்கனின் மனோதிடம் நம்ப முடியாத ஒன்றாக இருப்பதில் வியப்பில்லை.

அத்தனை தோல்விகளையும் கடந்து 1860ல் தனது ஐம்பத்தோராவது வயதில் அமெரிக்க ஜனாதிபதியானார் ஆபிரகாம் லிங்கன். வெற்றியின் பின் அவர் தனது பதவி காலத்திலும் முத்திரை பதிக்கத் தவறவில்லை. அமெரிக்க உள்நாட்டுப் போரின்போது நாடு பிளவுபடாமல் கட்டிக் காத்தது, கருப்பின அடிமைத்தனம் ஒழிப்புப் பிரகடனம் முதலிய செயல்களின் மூலம், படுகொலை செய்யப்பட்டு நூற்றைம்பது ஆண்டுகளுக்குப் பின்னரும் அவர் இன்றும் நினைவுகூரப்படுகிறார். தோல்வி கண்டு துவளும் எண்ணற்றோருக்கு அவரது வாழ்க்கை எழுச்சியூட்டும் உதாரணம் என்பது நிதர்சனம்.

ஆபிரகாம் லிங்கனின் வெற்றியின் இரகசியம் என்ன? அது தோல்விகளின் முன்னே அடிபணியாது, முயற்சிகளைக் கைவிடாத திடமனம். வெற்றியாளர்கள் தடங்கல்களைக் கண்டு தங்கள் இலட்சியங்களை கைவிடுவதில்லை; கைவிடுபவர்கள் வெற்றியாளர்கள் ஆவதில்லை. ஆபிரகாம் லிங்கன் வாழ்ந்த காலத்தில் உயிர் வாழ்ந்த 100 கோடி மக்களில் மிகச் சிலரே இன்று நினைவுகூரப்படுகிறார்கள். காரணம் வெற்றியாளர்களையே சரித்திரம் நினைவில் நிலை நிறுத்தி வைத்திருக்கிறது.

'என்னால் முடியுமா?' என்னும் சந்தேகக் கேள்விக்கு அடுத்த காரணம் நமது வயது பற்றிய ஐயம். ஒரு குறிப்பிட்ட வயதுக்கு பிறகு புதிதாக ஒன்றைத் தொடங்க முடியாது அல்லது சாதிக்க முடியாது என்கின்ற எண்ணம்.

பிரித்தானியாவைச் சேர்ந்த 97 வயதான வயோதிபர் ஒருவர் 10,000 அடி உயரத்தில் பறந்த விமானத்திலிருந்து குதித்து சாதனைப் படைத்துள்ளார். இந்தச் சாதனையையடுத்து ஜோர்ஜ் மொய்ஸி ஊடகவியலாளர்களுக்கு பேட்டியளிக்கையில் சொன்னது: "இவ்வாறு சாதனை செய்வது இது முதல் தடவை என்றபோதும், இது இறுதியான சாதனையல்ல.."

'மணிக்கு 108 மைல் வேகத்தில் காரோட்டி 106 வயது பெண்மணி சாதனை.' நாளிதழில் வந்த இன்னொரு செய்தி இது.

தனது 85 வயதிலும் ஒரு முன்னணி காட்சியறையில் சுறுசுறுப்பாக பணிபுரியும் ஒரு மூதிளைஞரை அண்மையில் சந்தித்து வியந்து நின்றேன். மனம் சோர்வுறும் போதெல்லாம் அவரோடு எடுத்துக்கொண்ட சுயபடத்தைப் பார்த்து புத்துணர்ச்சி பெறுகிறேன்.

சாதிப்பதற்கு வயது ஒரு தடையில்லை என்று சரித்திரம் படைத்தவர்கள் ஏராளம்.

பார்க்கின்சன் நோயை அடையாளம் கண்ட போது ஜேம்ஸ் பார்க்கின்சன் அவர்களுக்கு வயது 62.

அமெரிக்க ஜனாதிபதியாக பதவியேற்றபொழுது ஜோ பைடன் அவர்களுக்கு வயது 78.

விண்வெளியில் பயணித்த அதிக வயதான மனிதர் என்கின்ற சாதனையை படைத்த போது ஜோன் க்லென் அவர்களுக்கு வயது 77.

எவரெஸ்ட் சிகரத்தின் உச்சியில் கால்பதித்த அதிக வயதான மனிதர் என்கிற சாதனையை 2013ம் வருடம் படைத்தபோது ஜப்பானை சேர்ந்த யுய்சீரோ மியுரா அவர்களுக்கு வயது 80. அதற்கு முன் அவர் இரண்டு முறை இருதய அறுவை சிகிச்சை செய்து கொண்டவர் என்பது குறிப்பிடத்தக்கது.

தனது எண்பதாவது வயதிலும் புதிய கண்டுபிடிப்புகளுக்கான ஆய்வுகளில் முனைப்புடன் ஈடுபட்டிருந்தார் தோமஸ் அல்வா எடிசன்.

உலகின் அதிக வயதான நெடுந்தூர ஓட்ட வீரரான ஃபவுஜா சிங் அவர்களின் வயது 101.

தனது 22வது வயதில் உலகக் கோடீஸ்வரர்கள் வரிசையில் ஒருவராக இடம்பிடித்த முகநூல் நிறுவனர் மார்க் ஷுகெர்பெர்க்கும், தனது 62வது வயதில் KFC உணவகத்தை ஆரம்பித்து வெற்றிபெற்று பெரும்பணக்காரரான ஹார்லண்ட் சண்டெர்ஸும் நம்மைப்போன்ற மனிதர்களே.

வயது என்பது வெறும் ஒரு எண் மட்டுமே என்று எண்ணுபவர்களுக்கு எந்த வயதிலும் சாதனை சாத்தியம்.

ஆக, தோல்வி பயமும், தங்கள் வயதைப் பற்றிய ஐயமும் அற்றவர்களின் வாழ்வில் 'என்னால் முடியுமா?' என்கிற கேள்விக்கே இடமில்லை.

'என்னால் முடியும்' என்று முன்னே செல்பவர்களை வரவேற்று வாகை சூட்டக் காத்திருக்கிறது வாழ்க்கை.

ஈகோ நல்லது

என்ன.. ஈகோ நல்லதா? வியப்பாக இருக்கிறதா? ஆம்! ஈகோ நல்லது.

ஈகோ என்பது ஆங்கிலச் சொல். அதன் ஆங்கில விளக்கத்தை தேடியபோது ஆச்சரியம் காத்திருந்தது. முன்னணி ஆங்கில அகராதிகளில் காணப்படும் அர்த்தங்கள் இவை:

Oxford: a Person's self-esteem or self-importance (ஒருவரின் சுயமதிப்பு அல்லது சுய முக்கியத்துவம்)

Cambridge: Your idea or opinion of yourself, especially your feeling of your own importance and ability (உங்களைப்பற்றி நீங்கள் கொண்டுள்ள அபிப்பிராயம், குறிப்பாக உங்கள் முக்கியத்துவம், திறமை பற்றிய உங்கள் எண்ணம்)

Collins: Sense of one's own worth (தனது சுயமதிப்பு பற்றிய ஒருவரின் உணர்வு)

Marriam Webster: The opinion that you have about yourself (உங்களைப் பற்றி நீங்கள் கொண்டுள்ள அபிப்பிராயம்)

இப்போது சொல்லுங்கள். ஈகோ தேவையா? இந்த அர்த்தங்களில் அடிப்படையில் ஒருவருக்கு ஈகோ தேவையா என்றால் நிச்சயம் தேவை.

உண்மையில் நம்மைப் பற்றிய பிறரின் அபிப்பிராயத்தைவிட நம்மைப் பற்றிய நமது அபிப்பிராயமே முதன்மையானது.

'உலகம் ஆயிரம் சொல்லட்டுமே... உனக்கு நீயே நீதிபதி' என்று கவிஞர் கண்ணதாசன் எழுதிய திரைப்படப் பாடல் ஒன்று உண்டு. ஆம்! நமக்கு நாமே நீதிபதியாக இருக்கும்போதுதான் நம்மை நாமே சீர்தூக்கிப் பார்த்து அறிந்து கொள்ள முடியும். அந்த அறிதலால் எம் எண்ணங்களில், பேச்சில், செயல்களில் ஏற்படும் மாற்றமானது பிறரிடம் நம்மைப்பற்றிய நல்லபிப்பிராயத்தை இயல்பாகவே ஏற்படுத்தும்.

நம்மை நாம் அறிவது எப்படி? அதற்கு அகப்பயணம் அவசியமாகிறது. நமது சொல், செயல் முதலிய புறமாற்றங்கள் நமது சிந்தனை, எண்ணங்கள் ஆகிய அகமாற்றங்களின் வெளிப்பாடின்றி வேறில்லை.

'வெளியே பார்ப்பவன் கனவு காண்கிறான்; உள்ளே பார்ப்பவன் விழித்துக்கொள்கிறான்' என்கிறார் பிரபல மனோவியலாளர் கார்ல் யுங்க். 'உன்னையே நீ அறிவாய்' என்றும் 'ஆய்வுக்கு உட்படுத்தப்படாத வாழ்க்கை வாழத் தகுதியற்ற வாழ்க்கை' என்றும் இரண்டாயிரத்து ஐநூறு ஆண்டுகளுக்கு முன்பே சொல்லிச் சென்றிருக்கிறார் கிரேக்க ஞானி சாக்ரடீஸ்.

'ஐயப் படாஅது அகத்தது உணர்வானைத்

தெய்வத்தோ டொப்பக் கொளல்' என்கிறார் திருவள்ளுவர்.

‘தன்னை அறியத் தனக்கொரு கேடில்லை

தன்னை அறியாமல் தானே கெடுகின்றான்

தன்னை அறியும் அறிவை அறிந்தபின்

தன்னையே அற்சிக்கத் தானிருந் தானே’ என்று தன்னை அறிந்த ஒருவன் பிறர் வழிபடும் அளவுக்கு உயர்வான் என்கிறது திருமந்திரம்.

தினமும் சில நிமிடங்களை ஒதுக்கி, தனிமையில் அமைதியாக அமர்ந்து நான் யார்? நான் என்ன செய்துகொண்டிருக்கிறேன்? எனது கடமைகள் என்ன? எனது குறைகள் எவை? அவற்றைக் களைவது எப்படி? நிறைகள் எவை? அவற்றை வளர்த்துக்கொள்வது எப்படி? எனது தனித்துவமிக்க திறமைகளைக் கொண்டு சக மனிதர்களின் வாழ்வின் வளத்திற்கு என்னால் எப்படி பங்களிக்க முடியும்? போன்ற கேள்விகளுக்கு பதில் தேடத் தொடங்கினால், சில நாட்களிலேயே நமது வாழ்வில் மகத்தான மாற்றங்கள் ஏற்படுவதை உணரலாம்.

மனவளக்கலை யோகாவில் ‘அகத்தாய்வு பயிற்சிகள்’ என்று முறையான தற்சோதனைப் பயிற்சிகள் அளிக்கப்படுகின்றன. இது போன்ற முறையான பயிற்சிகள் மூலம் நம்மைப் பற்றி நாம் முழுமையாக அறிந்துகொள்ள முடியும்.

நம்மைப் பற்றிய அறிதலும், புரிதலும் நம்மைப் பற்றிய அபிப்பிராயத்தை நமக்குள் ஏற்படுத்துகிறது. அதுவே நமது ஈகோவாக உருவாகிறது. அத்தைகைய ஈகோ இல்லாத ஒருவரை நாம் எங்கும் காண முடியாது. உண்மையில் ஈகோ நம் மனதின் முதுகெலும்பு. உடலளவில் நாம் நிமிர்ந்து நிற்பதற்கு காரணம் நமது முதிகெலும்பெனில் மனதளவில்

நாம் நிமிர்ந்து நிற்பதற்கு காரணம் நமது ஈகோ, அதாவது நமது சுயமதிப்பு. சுயமதிப்பே தன்னம்பிக்கையின் அஸ்திவாரம். தன்னம்பிக்கையே நம்மை முன்னேற்றப் பாதையில் இட்டுச் செல்லும் உந்துசக்தி. இத்தகைய ஈகோவை 'நேர்மறை ஈகோ' (Positive Ego) என்று சொல்லலாம்.

எனின், எது 'எதிர்மறை ஈகோ' (Negative Ego)?

வேதாத்திரி மகரிஷி அவர்கள் இதனை எளிமையாக விளக்குகிறார். எதிர்மறை ஈகோவுக்கு அவர் பயன்படுத்தும் தமிழ்ச்சொல் 'தன்முனைப்பு'. அவர் அதனை 'நான்', 'எனது' என்கிற இரண்டு செருக்கு மனநிலைகளாக பிரிக்கிறார். 'நான்' என்பது அதிகாரப் பற்றினாலும், 'எனது' என்பது பொருள் பற்றினாலும் உண்டாவதாக அவர் பகர்கின்றார்.

'நான் சொல்வது சரி' அல்லது 'எனக்குத் தெரியும்' என்பது நேர்மறை ஈகோ. 'நான் சொல்வது மட்டுமே சரி' அல்லது 'எனக்கு மட்டுமே தெரியும்' எனபது எதிர்மறை ஈகோ. பல்லின மக்கள் வாழும் இவ்வுலகில் எனது இனம், மொழி, மதம் மட்டுமே உயர்ந்தது என எண்ணுவது, நிலைநாட்ட முயல்வது எதிர்மறை ஈகோ.

சுருக்கமாக சொல்வதாயின் நமது சுயமதிப்பின் வெளிப்பாடு (ஆது வாய்மொழியற்றதாகக் கூட இருக்கலாம்) மற்றவரின் சுயமதிப்பைக் காயப்படுத்தும்போது அது எதிர்மறை ஈகோவாகிறது. தான் பெற்றுள்ள கல்வி, அறிவு, அந்தஸ்த்து, பதவி, அதிகாரம் போன்றவற்றைக் கொண்டு பிறரைச் சிறுமைபடுத்துகின்ற உயர்மனச் சிக்கல் அது. இது ஆங்கிலத்தில் egotism எனப்படும். பெரும்பாலான ஆங்கில-தமிழ் அகராதிகளில் Egoவிற்கு கொடுக்கப்பட்டிருக்கும் தமிழ் அர்த்தம் (தற்பெருமை, நான் என்னும் அகங்காரம்,

தன்முனைப்பு, சுயநலம், ஆணவம், கர்வம், திமிர், தன்னை மட்டும் மையப்படுத்திய பேச்சு/செயல்) இதற்கு பொருந்தும். உண்மையில் இது ஒரு தற்காதல் நிலை. தன்னை மையப்படுத்தி சிருஷ்டித்த அந்தக் கற்பனை உலகில் வேறு எவருக்கும் இடமிருப்பதில்லை. அதனால்தான் எதிர்மறை ஈகோவினால் மிக நெருங்கிய உறவுகளில்கூட இடைவெளி ஏற்படுகிறது; சில வேளைகளில் பிரிவும் நிகழ்கிறது.

நமது கட்டுப்பாட்டுக்குள் இருப்பது நேர்மறை ஈகோ. தனக்குத் தானே உணவாகி கட்டற்றுப் பெருகி தனிமைப்பட்டுப் போவது எதிர்மறை ஈகோ.

எனவே மற்றவர்களைப் பாதிக்காத, நமக்கு தன்னம்பிக்கையூட்டுகிற ஈகோ நல்லது. அது நமது வளர்ச்சிக்கு அத்தியாவசியமும்கூட.

எதனை நோக்கிய ஓட்டம் இது?

ஒரு நண்பர் ஓட்டிச்சென்ற வண்டியில் பயணித்துக் கொண்டிருந்தேன். சாலை சமிக்ஞை விளக்குகளைத் தாண்டி ஒரு குறுகலான பாதையில் நுழைந்தோம். பின்னால் வந்த வண்டி தொடர்ந்து ஒலிப்பான் எழுப்பி எங்களை முந்த முயன்று கொண்டிருந்தது. எதிர்புறம் தொடர்ந்து வண்டிகள் வந்து கொண்டிருந்ததால் பின்னால் வந்த வண்டிக்கு முந்திச்செல்ல இடம் கொடுக்க முடியவில்லை. நிலைமை அறிந்தும் துரத்தும் வண்டிக்காரர் தொடர்ந்து தொல்லை கொடுத்துக்கொண்டிருந்தார். எங்களால் இதைவிட வேகமாகச் செல்வதும் சாத்தியமில்லை. சிறிது தூரம் பயணித்த பின் கிடைத்த ஒரு சிறிய வெற்றிடத்தில் வண்டியை ஒதுக்கி நிறுத்தி பின்னால் வந்த வண்டி முந்திச்செல்ல இடம் கொடுத்தார் நண்பர். நன்றி சொல்ல வேண்டிய அந்த ஓட்டுநர் கையை நீட்டி ஏதோ வசைச் சொல் வீசிச் சென்றார். எதுவும் நடவாதது போல் நண்பர் வண்டியை ஓட்டத் தொடங்கினார். அவரின் எதிர்வினை என்னை ஆச்சரியத்தில் ஆழ்த்தியது.

இவ்வாறான சூழ்நிலைகளில் பொதுவான எதிர்வினை எப்படி இருக்கும் என்பதை நாம் அறிவோம். ஆத்திரப்படுவது, திருப்பிக் கத்துவது, முடிந்தால் துரத்திச் சென்று அந்த

வண்டியை முந்தி சண்டையிடுவது போன்றவைதான் பொதுவான எதிர்வினைகள்.

எனது எண்ணவோட்டத்தைப் புரிந்து கொண்ட நண்பர் சொன்னார்:

“அந்த இடத்தில் ஒதுங்கி இடம் கொடுத்ததால் நான் எதையும் இழக்கவில்லை. ஆனால் அவருடன் நான் போட்டி போட்டு இருந்தாலோ, வேகமாக செல்ல முயற்சித்திருந்தாலோ எனக்குள் பதற்றம் அதிகரித்து எனது மன அமைதியை இழந்திருப்பேன். அது நாம் இப்போது சென்று கொண்டிருக்கும் நமது வணிக சந்திப்பில் எனது பங்களிப்பை மிகவும் பாதித்திருக்கும். அதன் விளைவு எனது வியாபார இழப்பாக கூட அமையலாம்”

எத்துணை பேருண்மை! நமது வாழ்க்கையின் எல்லா சூழ்நிலைகளுக்கும் பொருந்தக் கூடிய உண்மை இது.

இப்படித்தான் நாம் பல சந்தர்ப்பங்களில் சூழ்நிலைகளும், மனிதர்களும் நம்மை எதிர்மறை எதிர்வினையாற்ற அனுமதித்து நமது அமைதியை இழந்து தவிக்கிறோம்.

நமது இந்தக் குறைபாட்டை சரி செய்து கொள்வது எப்படி? நமது எதிர்வினைகள் நமது அமைதியைக் கெடுக்காமல் பார்த்துக் கொள்வது எப்படி? அதனால் ஏற்படும் இழப்புகளில் இருந்து எம்மை காத்துக்கொள்வது எப்படி?

இதற்கு மனித இருப்பு பற்றிய, மனித வாழ்வின் நோக்கம் பற்றிய புரிதல் அவசியமாகிறது.

‘மனிதன் என்பவன் இயற்கை நியதிக்குட்பட்ட பரிணாமமே தவிர, அவன் சிறப்பான சிருஷ்டி ஏதும் அல்ல.’

என்கிறார் ஜேம்ஸ் ஆலன். இயற்கை நியதிக்கு உட்பட்டு வாழுகின்ற இயல்பான வாழ்வில் முரண்களுக்கு இடமில்லை. மனிதனைத் தவிர மற்ற எல்லா உயிரினங்களும் அத்தகைய இயற்கையோடு இசைந்த இயல்பான வாழ்க்கையையே வாழுகின்றன. ஒரு மான் இன்னொரு மானுடைய கொம்பின் நேர்த்தியைப் பார்த்து பொறாமை கொள்வதில்லை. அதனுடைய காலை முடமாக்கி தன்னிலும் கீழானதாக அதனை ஆக்க சதித்திட்டம் தீட்டுவதில்லை. ஒற்றை பூ மலர்ந்த ரோஜா செடி கொத்துக் கொத்தாய் மலர்ந்திருக்கும் தன் பக்கத்து ரோஜா செடியைப் பார்த்து காழ்ப்புணர்ச்சி கொள்வதில்லை. தன்னிலிருந்து உதிர்ந்த மலர்களையிட்டு கவலைப்பட்டுக் கண்ணீர் விடுவதில்லை மரம். எஞ்சிய மலர்களிலிருந்து தோன்றும் பிஞ்சுகளைக் காய்களாகவும், கனிகளாகவும் ஆக்குவதில் அது கவனம் செலுத்துகிறது. அதற்குத் தெரியும் அடுத்த இளவேனிற்காலத்தில் தன்னில் மீண்டும் பூக்கள் பூக்கும் என்று. அதற்கு முன் வெட்டப்பட்டாலும் அது மனமுடைந்து சோர்ந்து போவதில்லை. தன்னை மீண்டும் துளிரவிடச் செய்யும் முயற்சியிலிருந்து பின்வாங்குவதில்லை.

விலங்குகளும் மனிதருக்கு கற்றுத் தரும் பாடங்கள் மகத்தானவை. அவை ருசிக்காகவன்றி பசிக்காகவே உணவைத் தேடுகின்றன. அதனையும் அளவுக்கு மீறி உண்டு அவஸ்த்தைப்படுவதில்லை. மனிதருக்கு அரிதாக இருந்து இன்று சர்வசாதாரணமாக ஆகிப்போன நீரிழிவு, இரத்த அழுத்தம் போன்ற நோய்களால் அவை துன்புறுவதில்லை. நாளைய தினத்தைப் பற்றிய அச்சங்களாலும், கவலைகளாலும் அல்லலுறும் மானிடரைப் போலன்றி, அவை எவ்வித எதிர்பார்ப்புமின்றி இன்றைய தினத்தை இயற்கையோடு இசைந்து கழிப்பதால்,

இன்றைய மனிதர்களின் சாபங்களான பதற்றம் (tension), மனவழுத்தம் (stress) போன்ற மனநோய்களால் அவை பாதிப்படைவதில்லை.

சிந்தனையாற்றலை பெரும் வரமாய் பெற்ற மனிதன் மற்ற உயிரினங்களைவிட சிறப்பாய் வாழ வேண்டாமா? உடல், மன ஆரோக்கியத்தில் உச்சத்தில் இருக்க வேண்டாமா? எங்கு தொலைத்தோம் நாம் வாழ்க்கையை?

மனிதன் மனிதனாக வாழாமல் தன் இயல்பிலிருந்து மாறிப் போனதின் விளைவு இது.

எனின் எது மனித இயல்பு?

'மனது இதமானவனே மனிதன்' என்கிறார் வேதாத்திரி மகரிஷி. இதமான மனது இன்பம், துன்பம் ஆகிய இரண்டும் அற்ற நிலை. உண்மையில் இன்பம், துன்பம் இரண்டுமே உணர்ச்சி எழுச்சி நிலைகள். துன்பமானது வலியையும், வேதனையும் தருவதைப் போலவே இன்பமும் அதன் உடையும் புள்ளியைக் கடக்கும்போது துன்பமாக மாறுகிறது. இனிப்புப் பண்டமொன்று உண்ணும்போது இன்பம் தருகிறது என்பதற்காக தொடர்ந்து சாப்பிட்டால் ஒரு புள்ளிக்கப்பால் குமட்டல் எடுத்துத் துன்பமாக மாறுகிறது. உண்மையில் எல்லா இன்பங்களும் இத்தகையனவே. ஒரு புள்ளியைக் கடக்கும்போது சலிப்பாக மாறுகிறது. நீடித்த சலிப்பும் ஒருவித துன்பமே. இந்த இருவித உணர்ச்சி எழுச்சி நிலைகளுமற்ற ஒருவித சுகமான அதேவேளை கட்டுக்கடங்கிய இன்ப நிலையே இதமான மனநிலை. காலநிலையில்கூட அதிக வெப்பமோ, அதீதக் குளிரோ அற்ற மிதமான காலநிலையையே நாம் விரும்பிகிறோம். அது நமக்கும் இதமாக இருப்பதே அதற்கு காரணம்.

அத்தகைய இதமான மனநிலையை நிலையாக தக்கவைத்துக்கொள்ள வேண்டுமாயின் அதீத இன்பம் தருகின்ற (அதுவே துன்பமாக மாறும்) புலன் நுகர்ச்சியிலிருந்தும், மனதின் சமநிலையைக் குலைக்கின்ற கோபம், பொறாமை, கவலை, அவசியமற்ற அச்சம் போன்ற மனக்குறைகளிலிருந்தும் விடுபட வேண்டும். இதமான மனது அமைதியின் இருப்பிடமாகும். ஆழமாக சிந்தித்துப் பார்த்தால் நாம் படிப்பது, தொழில் செய்வது, சம்பாதிப்பது முதலிய நமது அனைத்துச் செயல்களும் இதனை நோக்கியதே என்பது புரியும். அமைதியே வாழ்க்கைச் சக்கரத்தின் அச்சாணி. அமைதியை நமது வாழ்க்கையின் மையப்புள்ளியாக மாற்றிக்கொள்ளும்போது நமது இருப்பு அர்த்தம் பெறுகிறது. அதற்கான எளிய வழி நமது அமைதியைக் குலைக்கின்ற பொருள், மனிதர், சூழ்நிலை, அவை எத்தனை பெறுமதிமிக்கதாய் இருப்பினும், அவற்றிலிருந்து விலகிச் செல்வதே.

இதமான மனது சக மனிதர் மீதும், ஏன் எல்லா உயிர்கள் மீதும் எல்லையற்ற அன்புகொள்ளும். பிறர் துயரைத் தன் துயராய் கொண்டு கலங்கும்; அந்தத் துயரை துடைக்க முயலும். எல்லோரும் இன்புற்றிக்க நினைக்கும்.

மற்றவரை மகிழ்வித்து, அந்த மகிழ்ச்சியில் ஆனந்தம் அடையும்.

உணர்ச்சிவசப்படாது நேர்மறை எதிர்வினை-யாற்றுகின்ற ஒருவரின் இதமான மனநிலை மற்றவரையும் பற்றிக்கொள்ளும். அது பல்கிப் பெருகி இவ்வுலகில் அன்பும், கருணையும் அரிதான ஒன்று என்கிற நிலை மாறி இயல்பான ஒன்றாகும்.

இதுவே மனித இருப்பின் அர்த்தம்; மனித வாழ்வின் நோக்கம். இந்தப் பிரபஞ்சத்தின் வயதோடு ஒப்பிடும்போது மனித வாழ்க்கையின் காலம் மிக மிகக் குறுகியது. எல்லையற்ற இந்த இயற்கை இதமான மனதினராய் மனிதர் வாழ எல்லாப் பாடங்களையும் தன்னகத்தே கொண்டுள்ளது. அவற்றை தேடிப் படித்து பின்பற்றும்போதும் அந்த குறுகியக் காலத்திற்குள் நீண்ட சரித்திரம் படைப்பது நம் எல்லோருக்கும் சாத்தியமாகும்.

காதுகொடுத்துக் கேட்போம்

நாம் ஏதாவது ஒரு விஷயத்தைப் பற்றி பேசத் தொடங்குவோம். நாம் ஒரு சில வார்த்தைகளே பேசி இருக்கக்கூடிய நிலையில், கேட்டுக்கொண்டிருப்பவர் இடைமறித்துப் பேசத் தொடங்குவார். நாம் இதனைத்தான் சொல்ல வருகிறோம் என்று அவராகவே அனுமானித்து அவ்விடயம் பற்றிய அவரது கருத்துகளை விலாவாரியாக பேசி முடிப்பார். நாம் சொல்ல வந்ததை சொல்ல மறந்து அல்லது அதற்கு கால அவகாசம் இன்றி அந்த உரையாடல் நிறைவுபெறும். பெரும்பாலும் அவரது அனுமானம் நமது நோக்கத்திற்கு முற்றிலும் வேறுபட்டதாக இருக்கும்.

இது நம் எல்லோருக்கும் பரிச்சயமான ஒரு அனுபவம். பல வேளைகளில் நாமே அந்தக் கேட்பவராக இருந்திருப்போம்.

இதற்குக் முதற்காரணம் ஒருவர் பேசத் தொடங்கியதுமே அவர் கூற வருவது இதுவாகத்தான் இருக்கும் என்கிற நமது முன்முடிவு. அடுத்தது தான் அனுமானித்த அந்த விடயம்பற்றி கேட்பவர் தனது பாண்டியத்தைப் பறைசாற்றுகிற ஆவல். இது அவரின் தன்முனைப்போடு சம்பந்தப்பட்டது. மிகமுக்கிய காரணம் என்னவெனில் செவிமடுக்கும் பொறுமை இல்லாதிருப்பது. இப்போதெல்லாம் மருத்துவர்களுக்கு கூட

தமது நோயாளிகள் கூறுவதை முழுமையாக கேட்கின்ற பொறுமை இருப்பதில்லை.

'பெரும்பாலான மனிதர்கள் புரிந்துகொள்வதற்காக அன்றி பதில் சொல்வதற்காகவே செவிமடுக்கிறார்கள்' என்கிறார் 'அதிக ஆற்றல் வாய்ந்த மனிதர்களின் ஏழு பழக்கங்கள்' என்னும் உலகப் புகழ்பெற்ற சுயமுன்னேற்ற நூலின் ஆசிரியரும், கல்வியாளருமான ஸ்டீஃபன் ஆர். காவி.

செவிமடுத்தல் என்பது ஒரு அற்புதக் கலை. மனித இருப்பில் செவிகளின் பங்கு அளப்பரியது. அதனால் தான் வள்ளுவர் கூட

'செல்வத்துட் செல்வஞ் செவிச்செல்வம் அச்செல்வம்

செல்வத்து ளெல்லாந் தலை' என்கிறார்.

'கேட்ட'லுக்கும் 'செவிமடுத்த'லுக்கும் நிறைய வேறுபாடு உண்டு. கேட்டல் என்பது உடல் திறன். செவிமடுத்தல் என்பது செயல்திறன். கேட்டல் குறைபாடு உள்ளவர்களைத் தவிர மற்ற எல்லா மனிதர்களுக்கும், ஏன் விலங்குகளுக்கும்கூட, கேட்கும் உடல் திறன் இயற்கையாகவே அமைந்துவிடுகிறது. நாம் செவிமடுக்காவிட்டாலும் ஒவ்வொறு கணமும் எத்தனையோ வித ஒலிகள் நமது செவிகளில் விழுந்தவண்ணமே இருக்கின்றன.

ஆனால் செவிமடுத்தல் என்பது பயிற்சியினாலும், பொறுமையினாலும் வரக்கூடிய ஒரு திறமை.

உரையாடல் என்பது இருவழிப் பாதையாக இருக்கும்போது மட்டும்தான் அதில் ஈடுபட்ட அனைவருக்கும் அது பயன்மிக்கதாயும், நிறைவுள்ளதாயும் அமையும்.

அர்த்தமிக்க உரையாடலுக்கு ஆழ்ந்த செவிமடுத்தல் அவசியமாகிறது.

ஆங்கிலத்தில் 'ரீடிங்க் பிட்வீன் லைன்ஸ்' (reading between lines) எனச் சொல்வார்கள். பல வேளைகளில் ஒருவர் பேசும்போது பயன்படுத்தும் வார்த்தைகளின் மேலோட்டமான அர்த்தங்களைத் தாண்டி வேறு உள் அர்த்தங்கள் இருப்பதுண்டு. செவிமடுக்கும்போதுதான் பேசுபவர் சொல்வதை மட்டுமல்ல சொல்லாததையும் புரிந்துகொள்ள முடியும்.

'நமக்கு இரண்டு காதுகளும் ஒரு வாயும் இருப்பது பேசுவதைவிடவும் இரண்டு மடங்கு செவிமடுக்க வேண்டும் என்பதற்காகவே' என்பது சீனோ (Zeno of Citium) என்னும் கிரேக்க தத்துவஞானி இரண்டாயிரம் வருடங்களுக்கு முன்பு பகர்ந்த எளிமையான ஆனால் ஆழ்ந்த அர்த்தமுள்ள கூற்று.

மனிதத் தொடர்பாடலில் எழுத்து வடிவங்கள் உருவாக்கப்படுவதற்கு முன்பு வாய் வார்த்தைகளாகவே அனைத்தும் பகிரப்பட்டன. சரித்திரங்களும், பழங்கதைகளும், புராணங்களும், நாட்டுப்புறக் கதைகளும், ஆன்மீக போதனைகளும் செவிவழிச் செய்திகளாகவே அடுத்தடுத்த தலைமுறைகளுக்கு கடத்தப்பட்டன. அவை எழுத்து வடிவம் பெறும் முன்பு பலநூறு வருடங்கள் நிலைத்திருந்தமையானது நமது முன்னோர்கள் எத்தகைய சிறப்புமிக்க செவிமடுப்பவர்களாக இருந்திருக்கிறார்கள் என்பதை பறைசாற்றுகிறது.

ஆனால் இன்றைய நவீன வேக உலகில் பொறுமையான செவிமடுத்தல் என்பது அரிதாகி வருவது வெளிப்படை. செவிமடுப்பதைவிட பேசுவதையே நாம் அதிகம் விரும்புகிறோம். 'ஒருவரின் செவிகள் கேட்க விரும்பும் மிக

இனிமையான சப்தம் அவரது சொந்த குரல் ஒலியே’ என்னும் நகைச்சுவையான கூற்றை மெய்ப்பிக்க முனைகிறோம்.

ஆனால் செவிமடுத்தல் ஒரு உயரிய குணம். அதனால் கிட்டும் பயன்களும் அளப்பரியன.

‘பேசும்போது நீங்கள் அறிந்தவற்றையே திருப்பிச் சொல்கிறீர்கள். ஆனால் செவிமடுக்கும்போது புதிய விடயங்களை கற்றுக்கொள்கிறீர்கள்’ என்கிறார் தலாய் லாமா.

ஆம், முன்முடிவுகளற்று பொறுமையாக செவிமடுக்கும்போது நாம் அறியாத பல புதிய விடயங்களை அறிந்துகொள்ளும் அரிய வாய்ப்பு கிட்டுகிறது. செவிமடுப்பவர் இடைமறித்து பேசும்போது பேசுபவரின் எண்ணவோட்டம் தடைபட்டு, பேச்சு திசைமாறி சொல்ல வந்த விடயம் சொல்லப்படாமல் போய்விடுவதுண்டு. இதனால் இருவருக்குமே இழப்பு.

பொறுமையான செவிமடுத்தல் நம்மைப்பற்றிய நல்லபிப்பிராயத்தை ஏற்படுத்தும். செவிமடுப்பவர்கள் மதிக்கப்படுகிறார்கள். கவனமாக காதுகொடுத்து கேட்கும்போது பேசுபவர் பற்றியும், அவர் கூறும் விடயங்கள் பற்றியும் நமது விருப்பையும், ஆர்வத்தையும், அவர் மீதான நமது மதிப்பையும் வெளிப்படுத்துகிறோம்.

கவனமான செவிமடுத்தலால் தவறான புரிதல்களும், தப்பபிப்பிராயங்களும் தவிர்க்கப்படும். பழைய மனக்கசப்புகள் களைய உதவும். புதிய புரிதல்கள் ஏற்படும். பிரச்சினைகளுக்குத் இலகுவில் தீர்வு கிட்டும்

சிலர் வேறெவ்வித எதிர்ப்பார்ப்புமின்றி தங்களது மனபாரங்களை இறக்கி வைப்பதற்காகவே பேசுவார்கள்.

அவ்வாறான சந்தர்ப்பங்களில் செவிமடுப்பவர் பேசுபவரின் சுமைதாங்கியாகவும், அவரை ஆற்றுப்படுதுவராகவும் ஆகிவிடும் அற்புதம் நிகழும்.

செவிகொடுப்பவர்களை நோக்கி மற்றவர்கள் ஈர்க்கப்படுகிறார்கள்; நம்பத் தகுந்த நல்ல நட்பாக, துவளும் தருணங்களில் தோள் கொடுக்கும் தோழமையாக மதிக்கப்படுகிறார்கள். அதனால் அவர்களது நட்பு வட்டம் விரிவடைந்துகொண்டே இருக்கும். மற்றவர்கள் அவர்களின் பேச்சுக்கு செவிகொடுப்பவர்களாகவும் இருப்பார்கள்.

செவிமடுத்தல் என்பது செயற்கரிய காரியமன்று. சிறிது விழிப்புணர்வுடனான தொடர் பயிற்சி நம் எல்லோரையும் நல்ல செவிமடுப்பவர்களாக மாற்றும். நம்மை எளிதில் உணர்ச்சிவசப்படாதவராக, பொறுமையானவராக, அமைதிமிக்கவராக மாற்றுகின்ற வல்லமையும் அதற்கு உண்டு.

பேசுவது அன்று செவிமடுப்பதே சிறப்பு. வாருங்கள் காது கொடுத்து கேட்போம். தாய், தந்தை, வாழ்க்கைத் துணை, பிள்ளைகள், உறவுகள், நண்பர்கள், நாம் விரும்புவர்கள், விருப்பாதவர்கள், நம்மை விரும்பாதவர்கள், ஏன் எதிரிகள் என எல்லோரையும் செவிமடுப்போம். அது நமது வாழ்விலும், நம்மோடு தொடர்புகொண்டோர் வாழ்விலும் மகத்தான மாற்றங்களை ஏற்படுத்தும்.

சிந்தித்தால் சிறப்பு வரும்

காலை நடைப்பயிற்சி செல்லும்போது கடற்கரைச் சாலையில் அந்த நண்பரைக் காண்பதுண்டு. எதிர்த் திசையிலிருந்து வேகமாக வந்துகொண்டிருப்பார். ஒரு முகமன் புன்னகையோடு கடந்து செல்வார். சில நாட்களில் அதுவும் இல்லை. முன்பின் அறிமுகம் இல்லாதவரை பார்க்கும் ஒரு வெறுமைப் பார்வையை விட்டுச் செல்வார். அவரைத் தொடர்ந்து சிறிது தொலைவில் அவரது நண்பர்கள் ஐந்தாறு பேர் கூட்டமாக நடந்து வருவார்கள். உரத்த பேச்சும், சிரிப்பும் என அவர்கள் நடை கலகலப்பாய் இருக்கும். எதிரில் அறிந்தவர்கள் வந்தால், நின்று அவர்களுடன் அலவலாவி தொடர்வார்கள். முன்பு குறிப்பிட்ட நண்பர் ஏன் இவர்களுடன் சேர்ந்து செல்வதில்லை என்கிற கேள்வி வெகு நாட்களாக குடைந்துகொண்டிருந்தது. நடைப்பயிற்சி முடிந்து தனியாக கடலைப் பார்த்து அமர்ந்து ஒய்வு எடுத்துக்கொண்டிருந்தவரை அணுகி கேட்கும் வாய்ப்பு ஒரு நாள் கிட்டியது.

“அது எனது சிந்திப்பதற்கான நேரம்” . அவரது பதில் ஆச்சரியப்படுத்தியது.

‘சிந்திப்பதற்கு தனியாக நேரம் வேண்டுமா?’ - கேட்கப்படாத இந்தக் கேள்வியைப் புரிந்துகொண்டு தொடர்ந்தார்.

“ஆம்... தினமும் காலை நடைப்பயிற்சி செல்லும் அந்த ஒரு மணித்தியால நேரத்தை நான் இடையூறுகள் ஏதுமற்று சிந்திக்கப் பயன்படுத்திக்கொள்கிறேன். அதனால்தான் நண்பர்களுடன் சேர்ந்து நடப்பதில்லை. எனது தொழில், அரசியல், ஆன்மீகம், இலக்கியம், உறவுகள், நண்பர்கள், இந்த வாழ்க்கை என ஏதாவது ஒன்றைப்பற்றி சிந்தித்தவாறு நடக்கிறேன். உடலுக்கும், மனதிற்கும், மூளைக்கும் ஒரே நேரத்தில் பயிற்சி கிடைக்கிறது. எனது வணிகத்தைப்பற்றி மட்டுமன்றி, வாழ்க்கையப்பற்றியும் ஒரு தெளிவு கிடைக்கிறது.”

உண்மைதான். நாம் சிந்திப்பதற்கென்று தனியாக நேரத்தை ஒதுக்குவதில்லை. விழித்திருக்கும் வேளைகளில் பெரும்பாலான நேரத்தை பேசியே கழிக்கிறோம்.

சிந்தனையாற்றல் மனித குலத்தின் சிறப்பு வரம். மற்ற உயிரினங்களைவிட மனிதரை உயரத்தில் வைத்திருக்கும் உன்னத பேறு.

காடுகளிலும் மேடுகளிலும் நிர்வாணமாக நடமாடிய மனிதனை இலை குலைகள், விலங்குகளின் தோல் முதலியவைத் தொடங்கி இன்று பல வண்ணப் பட்டாடை வரை அணிய வைத்ததும், வெயில் மழையிலிருந்து தன்னைக் காத்துக்கொள்ளும் வழியறியாது வானமே கூரையாக வாழ்ந்த மனிதனை குகை, குடிசையில் தொடங்கி இன்று வான் முட்டும் சொகுசு இருப்பிடங்களில் வாழ வைத்ததும், பல நூறு மைல்களை நாட்கணக்கில் கால்நடையாகவே நடந்து கடந்த மனிதன் இன்று பூமிப்பந்தின் ஒரு முனையிலிருந்து

மறுமுனையைச் சில மணி நேரங்களில் சென்றடைய முடிவதும் அவனது சிந்தனையாற்றலின் சிறப்பினால் மட்டுமே.

சிந்தனை விளக்கு சுடர்விட்டு எரியத் தூண்டுகோலாய் இருப்பது கேள்விகள். மனித மாண்புகள் அனைத்திற்கும் அடிப்படை சிந்தனையாற்றல் எனில் சிந்தனையாற்றலுக்கு அடிப்படை ஏன், என்ன, எப்படி என்னும் கேள்விகள். அறிவியல், தொழில்நுட்பம், மருத்துவம், பொருளாதாரம், விவசாயம் என அனைத்துத் துறைகளிலும் மனிதன் அடைந்திருக்கும் அபரிமிதமான முன்னேற்றத்தின் பின்னணியில் ஆயிரமாயிரம் கேள்விகள் அணிவகுத்து நிற்கின்றன. சரியான கேள்விகள் எப்படி உன்னதமான சிந்தனைகளுக்கு வழிவகுக்கின்றன என முதலில் விளக்கியவர் கிரேக்க தத்துவஞானி சாக்ரடீஸ். அது இன்றும் 'சாக்ரடீஸ் கேள்வி கேட்கும் முறை (Socrates Questioning)' என்று வழங்கப்படுகிறது.

'கல்வியின் நோக்கம் வெறும் அர்த்தங்களை (பொருண்மைகளை) அறிந்துகொள்வதல்ல, மனதை சிந்திக்கப் பழக்குவதே' என்கிறார் ஆல்பர்ட் ஐன்ஸ்டைன். இதனையேதான் சாக்ரடீஸும் வலியுறுத்தினார். கற்றல் என்பது வெறும் தரவுகளைத் திணிப்பதோ அல்லது பொருள் புரியாமால் மனனம் செய்ய வைப்பதோ அல்ல; சிந்திக்க வைப்பது. சிந்தனையைத் தூண்டும் கேள்விகள் மூலம்தான் சிந்திக்க வைத்தல் சாத்தியமாகும். அதனால்தான் சாக்ரடீஸிடம் எதனைப்பற்றிக் கேட்டாலும், அவர் பதிலை கேள்வியாகக் கேட்டு கேட்பவரை சிந்திக்க வைத்தார். ஒரு விடயத்தைப் பதிலாக சொன்னவுடன் பெரும்பாலும் அதனைப்பற்றிய தேடல் அத்தோடு நிறைவடைந்து

விடுகிறது. அதுவே ஒரு கேள்வியாக அமையும்போது எண்ணற்ற சாத்தியக்கூறுகள் புலப்படத் தொடங்குகின்றன.

மார்க்ஸ் மரணித்தபோது 'கார்ல் மார்க்ஸ் சிந்திப்பதை நிறுத்திக் கொண்டார்' என ஏங்கல்ஸ் குறிப்பிட்டார். ஆம், மரணம் வரை மனிதர் சிந்திப்பதை நிறுத்துவதே இல்லை.

சிந்தனை என்பது மூளையில் நடைபெறும் அறுதியிட்டுக் கூறமுடியாத ஒரு செயற்பாடு. சிந்தனையின் மூலம் எண்ணங்கள் தோன்றுகின்றன. எண்ணங்கள் மேலும் புதிய சிந்தனைகளைத் தூண்டுகின்றன. அது ஒரு முடிவற்றுச் சுழலும் சக்கரம் போன்றது.

நாம் விழித்திருக்கும் நேரங்களில் எல்லாம் எமது உணர்வுப்பூர்வமான ஈடுபாடு இல்லாமலேயே எமக்குள் ஏதாவது சிந்தனை நடைபெற்றுக்கொண்டும், ஆயிரக்கணக்கான எண்ணங்கள் தோன்றிக்கொண்டும் இருக்கின்றன. இவை அனிச்சையான சிந்தனை (passive thinking) எனப்படும். அனிச்சையான சிந்தனைகள் பெரும்பாலும் ஆழமான சிந்தனைகளாக இருப்பதில்லை. அதனால் அவை நமக்கோ, பிறருக்கோ பயன்மிக்கதாய் இருப்பதில்லை.

இதற்கு நேரெதிரானது செயல்திறன்மிக்க சிந்தனைகள் (active thinking). இவை ஒரு விடயம்பற்றிய அறிவார்ந்த, ஆழமான, தர்க்கரீதியான, விழிப்புணர்வுடனான சிந்தனைகள். சாக்ரடீஸ், பிளேட்டோ, திருவள்ளுவர், பெர்னார்ட் ஷா, கார்ல் மார்க்ஸ், ஜிட்டு கிருஷ்ணமூர்த்தி என நீளும் மனிதகுலத்தை மாற்றியமைத்த தத்துவஞானிகள் அனைவரும் இத்தகைய சிந்தனையாளர்களே.

இவர்கள் சிந்திப்பதற்கென்று நேரத்தை ஒதுக்கினார்கள். இவர்களது சிந்தனைகள் மனிதத் துயரங்களை மையம் கொண்டிருந்தன. எல்லா மனிதத் துன்பங்களையும் உடற்துன்பம், மனத்துன்பம் ஆகிய இரண்டு வகைக்குள் அடக்கிவிடலாம். இவர்கள் இந்தத் துன்பங்களுக்கு காரணம் என்ன, அவற்றை எப்படிப் போக்கலாம் என சிந்தித்தார்கள். இவை தன்னலம் கடந்த பரோபகார சிந்தனைகள். சிந்தனையிலிருந்து பிறந்த தெளிவை கோட்பாடுகளாக வெளிப்படுத்தினார்கள். அவை மனிதகுல வாழ்வில் மகத்தான மாற்றங்களை ஏற்படுத்தின. வாழ்க்கையை புரிந்துகொள்வதற்கும், மனிதன் துன்பச் சுழலிலிருந்து மீள்வதற்கும் அவர்களது சிந்தனை வழி தோன்றிய எண்ணங்கள் உதவின.

எனவே நடைப்பயிற்சி நேரத்தை சிந்திக்கப் பயன்படுத்திக்கொள்ளும் நண்பர் குறிப்பிட்டதுபோல் சிந்திப்பதெற்கென்று நேரத்தை ஒதுக்குவது அவசியமாகிறது. தினமும் ஒரு குறிப்பிட்ட நேரத்தை இடையூறுகள் ஏதுமின்றி ஏதாவது ஒரு விடயம் பற்றி ஆழ்ந்து ஒருமுகமாக சிந்திப்பது சிறப்பு தரும். அது நமது வாழ்க்கையைப் பற்றிய தெளிவைத் தருவதோடு, குறுகிய மற்றும் நீண்டநாளைய திட்டங்கள் மூலம் அதனைச் செம்மைப்படுத்தவும் உதவும். அது மட்டுமன்றி அத்தகைய சிந்தனையால் பெற்ற தெளிவை சக மனிதரிடம் பகிர்ந்துகொள்வதன் மூலம் அவர்களது வாழ்விலும் ஒளியேற்ற முடியும்.

தடைகளும் வரங்களே

பூச்சி எப்படி அதன் பூச்சிக்கூட்டிலிருந்து வெளிவந்து பறக்கத் தொடங்குகிறது என் அறிய விருப்பிய ஒருவர் ஒரு பூச்சிக்கூட்டினை தனது வீட்டிற்கு எடுத்துச்சென்றார். சில நாட்களுக்குப் பின் அந்தப் பூச்சிக்கூட்டில் சிறு துளையொன்று உருவாகி இருப்பதைக் கண்டு அதன் அருகில் அமர்ந்து கவனிக்கத் தொடங்கினார். நேரம் செல்லத் தொடங்கியது. பூச்சி அந்தச் சிறு துளை வழியாக தன்னைத் திணித்து வெளிவர பல மணி நேரமாக போராடியது. ஒரு கட்டத்தில் எந்த அசைவுமில்லை. இனிமேல் வெளிவர முடியாமல் சிக்கிக்கொண்டதுபோல் தோன்றியது. அதன்மீது பரிதாபப்பட்டு உதவ எண்ணிய அந்த மனிதர் ஒரு கத்தரிக்கோலை எடுத்து கூட்டின் முனையை வெட்டித் துளையை பெரிதாக்கினார். பூச்சி எளிதாக வெளிவந்தது. ஆனால் அதனுடைய உடல் வீங்கியும், இறகுகள் சுருங்கியும் இருந்தன. இறகுகள் பெரிதாகி பூச்சி பறக்கத் தொடங்கும் தருணத்திற்காக காத்திருந்தார். ஒன்றும் நடக்கவில்லை. அது தொடர்ந்து பருத்த உடலுடனும், சுருங்கிய சிறகுகளுடனும் சிரமத்துடன் ஊர்ந்து திரிந்தது. அதனால் இனி பறக்கவே முடியாது.

அந்த மனிதர் தனது கருணையினால் எழுந்த அவசரத்தில் இயற்கையின் அற்புத ஏற்பாடு ஒன்றினை புரிந்துக்கொள்ளத் தவறிவிட்டார். அது இலகுவாக வெளிவராமல் தடுக்கப்படுவதில் ஒரு நோக்கம் இருந்தது. அந்தச் சிறு துளை வழியாக வெளிவர பூச்சி போராடும்போது அதன் உடலில் நிறைந்துள்ள திரவம் சிறகுகள் பக்கம் உந்தித் தள்ளப்பட்டு, கூட்டை விட்டு வெளியே வந்ததும் பறப்பதற்கான ஆற்றலைக் கொடுக்கும். சுதந்திரமும், சிறகடித்துப் பறத்தலும் போராட்டத்திற்கு பின்பே சாத்தியம். அந்தப் பூச்சியின் போராட்டம் தடுக்கப்பட்டதால் அதன் உண்மையான சுதந்திரம் பறிபோனது.

வாழ்க்கையில் நாம் எதிர்கொள்ளும் தடைகளும் அத்தகையதே. மனித வாழ்க்கை எப்பொழுதும் மலர் தூவிய பாதையிலே நடைபயிலும் சுக பயணமாக இருப்பதில்லை. பல வேளைகளில் அது கல்லும் முள்ளும் நிறைந்த இருள் சூழ்ந்த கானகப் பயணமாகவும் இருப்பதுண்டு. உண்மையில் இந்த இருமை இயல்பே வாழ்க்கையை சுவாரஸ்யமிக்கதாக ஆக்குகின்றது என்று சொல்லலாம். பகல் – இரவு, நன்மை – தீமை, உண்மை - பொய் என உலகில் அனைத்தும் இரட்டைத் தன்மையோடு இருப்பதை நாம் காணலாம்.

தடைகளை இரண்டு விதங்களில் எதிர்கொள்ளலாம். தடைகளைக் கண்டு தளர்ந்து தன் விதியை நொந்து கழிவிரக்கத்தில் காலம் கடத்தலாம். இது எதிர்மறை எதிர்கொள்ளல். அல்லது தடைகளுக்கான காரணங்களை ஆராய்ந்து, அவற்றை வெற்றி கொள்வது எப்படி என திட்டமிட்டு, செயலாற்றி, தடைகளைத் தாண்டி முன் செல்லலாம். இது நேர்மறை எதிர்கொள்ளல்.

தடைகள் வாழ்க்கையில் தவிர்க்க முடியாத ஒரு அம்சம் என்கிற உண்மையை ஏற்றுக்கொண்டு நேர்மறையாக எதிர்வினையாற்றும்பொழுது வாழ்க்கையில் வெற்றி நம் வசமாகும்.

பாதியளவு நிறைந்துள்ள ஒரு பாத்திரத்தைப் பார்த்து பாதி நிறைந்திருக்கிறது என்று சொல்லலாம். அல்லது பாதி காலியாக இருக்கிறது என்றும் சொல்லலாம். பூத்துக் குலுங்கும் ரோஜா செடியின் முட்களை புறக்கணித்துவிட்டு மலர்களின் அழகில் மனம் மயங்கலாம். அல்லது மலர்களை மறந்துவிட்டு முட்களை சபிக்கலாம். அனைத்தும் நம் பார்வையில்தான் இருக்கிறது.

பல வேளைகளில் தடைகள் வரங்களாக அமைந்துவிடுவதுண்டு. ஓஷோ ஒரு கதை சொல்கிறார். அது ஒரு சீனப் பெண் துறவியைப் பற்றிய கதை.

ஒரு கிராமத்துக்குச் சென்ற அந்தப் பெண் துறவி தனது போதனைகளை முடித்தபோது மாலையாகி இருள் படரத் தொடங்கி இருந்தது. அடுத்த கிராமம் தொலைவில் இருந்தது. இரவில் பயணிக்க இயலாது. அந்த கிராமத்தில் உள்ள வீடுகளை தட்டி இரவில் தங்கிக்கொள்ள இடம் கேட்டார். அவர்கள் அவரது தர்ம வழியைப் பின்பற்றுபவர்கள் அல்லர். அத்தோடு அந்தப் பெண்மணி அவர்களுக்கு பரிச்சயமற்றவர். யாரும் அவருக்கு இடம் தர முன்வரவில்லை. வேறு வழியின்றி அன்று இரவு அவர் அந்த ஊரின் வயல் மேட்டிலேயே உறங்க நேர்ந்தது. ஒரு மரத்தடியில் படுத்து அமைதியாக உறங்கினார். இரவு இரண்டு மணிக்கு விழிப்பு ஏற்பட்டது. குளிர் அதிகமாக இருந்ததால் உறக்கம் கலைந்தது. சுற்றுமுற்றும் பார்த்தார். அவர் கண்ட காட்சி மெய்சிலிர்க்க வைத்தது. சுற்றிலும் அமைதி. மரங்களும் செடிகளும் நிலவொளியில்

குளித்துக் கொண்டிருந்தன. மலர்கள் அனைத்தும் மலர்ந்து மணம் வீசின. மரம் முழுவதும் மலர்கள். மெல்லிய தென்றல் மேனியை தழுவிச் சென்றது. அந்த அற்புத பொழுதின் ஆனந்தத்தை அவர் முழுமையாக அனுபவித்தார்.

மறுநாள் கிராமத்திற்கு சென்று தனக்கு தங்க இடம் தர மறுத்தவர்களை வணங்கி நன்றி சொன்னார். "நீங்கள் எனக்கு இடம் தந்திருந்தால் நான்கு சுவர்களுக்குள் எனது இரவு கழிந்திருக்கும். நீங்கள் மறுத்ததால் ஒரு அற்புத அனுபவத்தை பெரும் பாக்கியம் எனக்கு கிட்டியது. வயல்புரத்தில் மலர்ந்த மலர்களைக் கண்டேன். முழு நிலவைக் கண்டேன். என் வாழ்வில் இதுவரையில் கண்டறியாத ஒன்றைக் கண்டேன். நீங்கள் எனக்கு இடம் அளித்திருந்தால் நான் அதை இழந்திருப்பேன்." என்று சொன்னார்.

இதுபோல் தடைகள் வரங்களாக மாறிய அனுபவங்கள் நம் எல்லோருக்கும் இருக்கும்.

பல வேளைகளில் தடைகள் நாமே அறிந்திராத நமது பலத்தை நமக்கு அடையாளம் காட்டும் வாய்ப்புகளாகவும் அமைந்துவிடுவதுண்டு.

ஓட்டப்போட்டியில் கடைசியாக வந்த வீரர் கூட ஒரு யானையால் துரத்தப்பட்டால் போட்டியில் வென்றவரை விடவும் வேகமாக ஓடி தப்பிக்க முயல்வார்.

தடைகளை வென்று உலகின் உச்சியைத் தொட்ட அருணிமா சின்ஹாவின் கதை தனித்துவமானது.

அவர் இந்தியாவின் தேசிய மட்ட கரப்பந்தாட்ட வீராங்கனையாக இருந்தவர். ஒரு நாள் அவர் தொழில் விஷயமாக புதுடில்லி நோக்கி தொடருந்தில் பயணம் செய்து கொண்டிருந்தபோது நான்கு திருடர்கள் அவரது

தங்கச்சங்கிலியை பறிக்க முயன்றார்கள். கூட்டம் நிறைந்த பெட்டியில் எவரும் உதவிக்கு வராத நிலையில் அவர் தனி ஒரு பெண்ணாக நின்று அவர்களுடன் போராடினார். தங்கச்சங்கிலியை பறிக்க முடியாத ஆத்திரத்தில் அவர்கள் அவரைத் தூக்கி தொடருந்துக்கு வெளியே வீசினார்கள். கீழே விழுந்து அடிபட்டவர் சுதாகரிப்பதற்குள் எதிர் திசையில் இருந்து வந்த வேறொரு தொடருந்து அவரது இடது காலின் மேல் ஏறி சென்றதால் அதனை முழங்காலுக்குக் கீழ் துண்டிக்க வேண்டி வந்தது. அந்த இளம்பெண்ணின் வாழ்க்கை இருண்டது. ஆயினும் மனதைத் தேற்றிக்கொண்டார். எதிர்காலம் சூனியமான நிலையில் மருத்துவமனையின் கட்டிலில் படுத்தவாறு அவர் ஒரு நம்பமுடியாத முடிவை எடுத்தார். அது எவரெஸ்ட் மலையின் உச்சியை அடைவது என்பது. வழமைபோல் கேள்விப்பட்டவர்கள் அனைவரும் எள்ளி நகையாடினார்கள். மனம் தளராது தொடர்ந்து போராடி தனது கனவை மெய்ப்பித்தார். எவரெஸ்ட் மலை ஏறிய உலகின் முதலாவது கால் துண்டிக்கப்பட பெண் என்னும் சாதனையை படைத்தார். 2015ஆம் வருடம் இந்திய அரசு அவருக்கு பத்மஶ்ரீ விருது அளித்து கௌரவித்தது.

ஆழ்ந்து சிந்தித்துப் பார்த்தால் தடைகளும், பிரச்சினைகளும் வாழ்க்கையில் நம்மை தகவமைத்துக்கொள்ள இயற்கை நல்கும் நல்வாய்ப்புகள் என்பது புரியும்.

நடைபயிலும் குழந்தை சமனிழந்து விழுந்து அழும்போது தாய் தூக்காமல் பார்த்திருப்பது அதன்மீது அன்பு இல்லாமையினால் அன்று. அதுவாகவே எழுந்து நடக்கும் ஆற்றலை குழந்தை பெற வேண்டும் என்பதற்காகவே.

மண்ணின் மேற்பரப்பில் மாணிக்கக் கற்கள் கிடைப்பதில்லை. பல்லாண்டு கால தொடர் அழுத்தமே மண்ணுக்கடியில் கூழாங்கற்களை மாணிக்கக்கற்களாய் மாற்றுகிறது. காட்டில் வளரும் எல்லா மூங்கில்களும் புல்லாங்குழல்கள் ஆவதில்லை. வெட்டப்பட்டு, பதனிடப்பட்டு, உரசித் தேய்க்கப்பட்டு, துளையிடப்பட்ட மூங்கில்கள் மட்டுமே இன்னிசை பரப்பும் புல்லாங்குழல்கள் ஆகும் பேற்றினைப் பெறுகின்றன.

சிலவேளைகளில் வாழ்க்கையில் தடைகளும், போராட்டங்களும் நமக்கு அவசியமாயிருக்கிறது. போராட்டமற்ற வாழ்வு நம்மை முடமாக்கும். நமது உண்மையான ஆற்றல் நமக்குத் தெரியாமலே போய்விடும்.

எனவே, தடைகளைக் கண்டு தயங்காது அவற்றை நேர்மறையாக எதிர்கொள்வோருக்கு தடைகளும் வரங்களே.

தேடிச் சோறு நிதம் தின்று...

மாலை 6 மணி. காலநிலை அவ்வளவு ஒன்றும் மோசமாக இல்லை. சற்றுமுன் பெய்து ஓய்ந்த மழையின் காரணமாக காற்றில் ஈரம் கலந்திருந்தது. ஆயினும் அவருக்கு அபரிமிதமாக வியர்த்துக் கொட்டியது. சில நிமிடங்களுக்கு முன்புதான் பணியாளரை அழைத்து மின்விசிறியை வேகமாக வைக்கச் சொல்லி இருந்தார். ஏற்கனவே வியர்வையால் தொப்பையாக நனைந்திருந்த கைத்துண்டை எடுத்து மீண்டும் முகத்தையும், கைகளையும், தலையையும் அழுந்த துடைத்துக்கொண்டார். கல்லாப்பெட்டியில் உயர்ந்த நாற்காலியிலிருந்து சற்றுத் திரும்பி தனது உணவகத்தை நோட்டமிட்டார். எல்லா மேசைகளும் நிறைந்திருந்தன. பணியாளர்கள் சுறுசுறுப்பாக உணவு பரிமாறிக் கொண்டிருந்தனர். மேசையை யாரோ தட்டுவது கேட்டு மெதுவாக திரும்பினார். முன்னே நிற்பவர் முகம் கொஞ்சம் மங்கலாக தெரிந்தது. கண்களை ஒரு முறை இறுக மூடித் திறந்தார். விலைச்சீட்டோடு அவர் கொடுத்த பணத்தை வாங்க முயன்று, தடுமாறி முன்பக்கமாக மேசையின் மீது சரிந்து விழுந்தார். 'ஐயோ முதலாளி' என்று கத்திய பணியாளர்களின் ஓலத்தை கேட்கும் திறனை, முகத்தில் தெளிக்கப்பட்ட நீரை உணரும் நிலையை

அவர் கடந்து விட்டிருந்தார். அந்த நொடியில் அவர் உயிர் பிரிந்துவிட்டதை அவர்கள் அறிந்திருக்கவில்லை. அவசரமாக வண்டியில் தூக்கிப் போட்டுக்கொண்டு அருகில் உள்ள மருத்துவமனைக்கு விரைந்தார்கள். மருத்துவர்களால் அவரது மரணத்தை உறுதிப்படுத்த மட்டுமே முடிந்தது.

இது கதையல்ல. உண்மைச் சம்பவம்.

கடந்த இரண்டு மூன்று நாட்களாகவே அவரது உடல்நிலை அவ்வளவு நன்றாக இல்லை. முதுகு, தோள்பட்டை மற்றும் இடது கையில் தொடர்ந்து வலி. வழமைபோல் காலையில் வீட்டை விட்டு கிளம்புபவர் இரவு 10 மணிக்கு வீடு திரும்பி வலி நிவாரணி தைலம் பூசிக்கொண்டு படுத்திருக்கிறார். நெஞ்செரிச்சலை அஜீரணக் கோளாறு என்று அவராகவே தீர்மானித்து சோடா குடித்து சமாளித்திருக்கிறார்.

மாரடைப்புக்கான அறிகுறிகளை அலட்சியம் செய்ததால் அவரது நாற்பத்தி எட்டாவது வயதில் ஏற்பட்ட அகால மரணம் இது. விபத்துக்களால் மட்டுமன்றி அறியாமையினால், அலட்சியத்தினால் ஏற்படுகின்ற தவிர்க்கக்கூடிய இத்தகைய மரணங்களும் அகால மரணங்களே.

இதுபோன்ற இறப்புகளைப் பற்றி கேள்விப்படுவது இப்பொழுதெல்லாம் வழக்கமாகிவிட்டது. காட்சிகள் வேறாயினும் முடிவு என்னவோ ஒன்றாகவே இருக்கிறது. இவற்றில் பெரும்பான்மையானவை தவிர்க்கக்கூடிய இழப்புகள் என்பது பெரும் சோகம். இவற்றிற்கான காரணங்களை ஆராயும் பொழுது ஒரு பொதுவான பாணி தென்படுவதைக் காணலாம். அவை:

- இது போன்ற நோய்கள் நமக்கு வராது என்கிற அசட்டுத்தனமான எண்ணம்.

- நோயை தாமே ஊகித்து தமக்கு தாமே வைத்தியம் செய்து கொள்கிற அறிவீனம்.

- நடுத்தர வயதை கடந்த பின் ஒரு குறிப்பிட்ட கால இடைவெளியில் முழு உடல் பரிசோதனை செய்து கொள்வது அவசியம். அதனை காலவிரயம், பணவிரயம் என்று எண்ணி தவிர்க்கும் போக்கு.

- எவ்வித உடற்பயிற்சியிலும் ஈடுபடாதிருப்பது.

நமது முன்னோர்களுக்கு அரிதாக இருந்த மாரடைப்பு, நீரிழிவு, இரத்த அழுத்தம், புற்றுநோய் போன்ற நோய்கள் இப்போதெல்லாம் வாலிப வயதினருக்கும் வருவதைப் பார்க்கின்றோம். நமது வாழ்க்கை முறையில் ஏற்பட்டிருக்கும் பாரிய மாற்றங்கள் இதற்கு காரணம். உணவு பழக்கவழக்கங்கள், குறிப்பாக துரித உணவு வகைகள், விவசாயத்தில் பயன்படுத்தப்படும் ரசாயனங்கள், சூழல் மாசு, போதிய ஓய்வின்மை, உடற்பயிற்சியின்மை, போட்டி மிக்க வாழ்க்கை தரும் மனவழுத்தம் போன்றவை தற்கால மனிதர் வாழ்வில் பெரும் தாக்கங்களை ஏற்படுத்தியிருக்கின்றன.

தனது மறைவுக்குப் பின்னும் தனது குடும்பம் சுகமாக இருக்க வேண்டும் என்று அயராது உழைக்கின்ற ஒரு குடும்பத்தலைவர், அவரையே முற்றுமுழுதாக சார்ந்திருக்கும் அவரது குடும்பத்தினரின் வாழ்க்கையை அவரின் இறப்பு எப்படி புரட்டிப் போடும் என்பது பற்றி கொஞ்சம் சிந்தித்தால் அவரது உடல் நலம் பற்றிய அக்கறையும் பொறுப்புணர்வும் இயல்பாகவே அதிகரிக்கும்.

இந்தக் கட்டுரையின் ஆரம்பத்தில் குறிப்பிட்ட நபரின் மனைவியின் வயது 38. இப்போது அவர் இளம் விதவை. இதுவரையும் வீடே உலகம் என்று வெளியுலகம்

தெரியாது வாழ்ந்தவர். பதின்ம வயது மகன். சின்னஞ்சிறு மகள். திக்கற்று திகைத்து நிற்கும் அவர்கள் வாழ்வு இனி ஒருபோதும் வழமைபோல் இருக்கப் போவதில்லை. இதுவல்ல அந்தக் குடும்பத் தலைவர் தனது குடும்பத்தைப் பற்றியு கண்ட கனவு.

அதேபோல் உயிரோடு இருந்தபொழுதும் அவர் உண்மையிலேயே வாழ்ந்தாரா என்பது கேள்விக்குறி.

வருடம் முழுவதும் ஒரு நாளேனும் ஓய்வெடுக்காத உழைப்பு. விடியும் முன் வீட்டை விட்டு கிளம்பினால் இரவு 10 மணிக்கு பின்புதான் வீடு திரும்புவார். காலையில் சில நிமிடங்கள் மட்டுமே தந்தையை பிள்ளைகள் காண்பதுண்டு. உறவினர்கள் வீட்டு விசேஷங்களுக்கு, பள்ளி கூட்டங்களுக்கு மற்றும் விழாக்களுக்கு மனைவி மட்டுமே சென்று வருவார். குடும்பத்தோடு ஒன்றாய் குதூகலித்த பொழுதுகள் அரிதிலும் அரிது. வெளியூர் சுற்றுப்பயணம் என்ன உள்ளூர் கடற்கரைக்கோ, ஒரு திரைப்படத்திற்கோ கூட சேர்ந்து சென்றதில்லை.

வீட்டில் பொருத்தியிருக்கும் பெருந்திரை தொலைக்காட்சி மற்றும் இன்ன பிற சொகுசு சாதனங்கள் தனது மனைவிக்கும் பிள்ளைகளுக்கும் மகிழ்ச்சியை கொடுக்கும் என்பது அவரது எண்ணம். ஆனால் அவர்களின் உண்மையான மகிழ்ச்சி அவரின் அருகாமை என்பதனை அவர் அறிந்திருக்கவில்லை.

இதனை வாசிக்கும் பலருக்கு மேலே குறிப்பிட்ட விடயங்கள் ஏதோ ஒரு விதத்தில் பரிச்சியம் மிக்கதாய், தங்களின் வாழ்வோடு தொடர்புபடுத்திப் பார்க்க கூடியதாய் இருப்பின் அது வியப்பன்று. ஏனெனில் இன்று

பெரும்பாலானோரின் வாழ்வு இவ்விதமாகவே கழிகின்றது. குறிப்பாக கீழத்தேய நாடுகளின் குடும்ப, சமூக அமைப்பு இத்தைகையதாகவே இருக்கின்றது.

இதுவா அரிதிலும் அரிதான இந்த மானிடப் பிறவி எடுத்ததன் நோக்கம்?

விலங்குகள் கூட எதிர்காலம் பற்றிய கவலை இன்றி நிகழ்காலத்தில் நிறைவாக வாழ்கின்றன. தின்ற புல்லை அசை போட்டவாறு ஓய்வெடுக்கிறது மாடு. தனது தேவை தீர்ந்ததும் மர நிழலில் படுத்து தன்னைத் தளர்த்திக்கொள்கிறது சிங்கம். தோகை விரித்தாடி காண்போரை மயக்குகிறது மயில். கிளைக்கு கிளை தாவிக் குதூகலிக்கிறது குரங்கு. ஏரியில் நீராடி தண்ணீரைப் பீய்ச்சி அடித்து விளையாடி மகிழ்கிறது யானை.

ஆனால் நாம் மூச்சுவிட நேரமின்றி ஓடிக்கொண்டிருக்கிறோம். நாளைகளை பற்றிய கவலையில் இன்றைய தினங்களை தொலைத்துக் கொண்டிருக்கிறோம். இயந்திரமயமாகிப் போன இந்த வாழ்வில் இயற்கையின் பேரழகு பற்றிய பிரக்ஞையின்றி இயந்திரங்களாக இயங்கிக் கொண்டிருக்கிறோம்.

இதுவன்று மனித வாழ்வின் நோக்கம். அரிது அரிது மானிடராய் பிறத்தல் அரிது என்கிறார் அவ்வைப் பிராட்டி. அத்தகு அரிய வாழ்வுதனை முத்துக்களை வீசிவிட்டு சிப்பிகளைச் சேகரிக்கும் அறிவிலிகள் போல் வீணடித்துக் கொண்டிருக்கிறோம்.

எனின், உண்மையில் மனித வாழ்வின் நோக்கம்தான் என்ன?

‘இயற்கை இன்பங்களை அளவோடு முறையோடு துய்த்து அறிவின் முழுமைப்பேறை அடைவதே மனித வாழ்வின் நோக்கம்’ என்கிறார் வேதாத்திரி மகரிஷி.

இந்த துய்த்தல், நுகருதல் அல்லது அனுபவித்தல் என்பது மனிதருக்கு மட்டுமே கிட்டியுள்ள பேறு. நமது ஒவ்வொரு செயலுடனும் நமது புலன்களும், மனதும் சம்பந்தப்பட்டு அவை அனுபவங்களாக மாறுகின்றன. பசுவானது தனது வாழ்நாள் முழுவதும் புல்லையே தின்கின்றது. ஆனால் நம்மால் ஒரே வகையான உணவை தொடர்ந்து உண்ண முடிவதில்லை. ஏனெனில் நாம் உண்ணுகின்றபோது அந்த உணவின் சுவையை, மணத்தை, உருவகத்தை இரசித்து அனுபவிக்கின்றோம். அதனை அனுபவித்து முடிந்ததும் வேறு குணமுள்ள உணவை நாடுகின்றோம். ஒரே வகையான தன்மை சலிப்பைத் தருகின்றது. இதனைப்போல்தான் எல்லா அனுபோகங்களும்.

உறவுகளோடு கூடி குலாவ, இயற்கை எழிலை கண்டுகளிக்க, இன்னிசையை இரசிக்க, கலைகளோடு ஒன்றி மெய்மறக்க நேரம் ஒதுக்க முடியாத வாழ்க்கை வெறும் இருப்பு மட்டுமே: வாழ்தல் அல்ல.

இருத்தல் அல்ல வாழ்வின் நோக்கம்; வாழ்தல்.

இன்னும் பலர் தமது பிரச்சினைகளையெல்லாம் தீர்த்த பிறகு, பொறுப்புகளையெல்லாம் ஈடேற்றிய பிறகு வாழ்க்கையை அனுபவிக்கலாம் என்று எண்ணுகிறார்கள்; சந்தோஷங்களை தள்ளி வைக்கிறார்கள். ஆனால் அநேகருக்கு அந்த நாள் வராமலே போய்விடுகிறது. சிலருக்கு எல்லாம் சரிவர அமையும்போது காலம்

கடந்துவிடுகிறது. உடலும் மனமும் ஒத்துழைக்க மறுத்து வாழ்க்கை சுமையாகிறது.

வாழ்க்கையில் உண்மையான மகிழ்ச்சி என்பது சென்றடையும் இடத்தில் அல்ல, செல்லும் பயணத்திலேயே இருக்கிறது. அடையப்போகும் இடத்தைப் பற்றிய கவனத்தினாலும், கவலையினாலும் பாதையின் இருமருங்கிலுமுள்ள பச்சைப் புல்வெளிகளையும், மணம் பரப்பும் மலர்களையும், பாடும் பறவைகளையும், வீசும் தென்றலையும், இன்னும் பல இன்பங்களையும் அனுபவிக்கத் தவறி கடந்து செல்கின்றோம். வாழ்க்கை என்பது ஒரு வழிச் சாலை. இன்னொரு நாள் நாம் இவ்வழியில் பயணிக்கப் போவதில்லை.

நமது வாழ்க்கையின் இலையுதிர் காலத்தில் நமக்கு துணை இருக்கப்போவது நாம் சுமந்திருக்கும் நினைவுகள் மாத்திரமே. அப்போது திரும்பப் பெற இப்போது எத்தகைய நினைவுகளை வைப்பில் இடப்போகிறோம்? இந்தக் கேள்விக்கான பதிலில் இருக்கிறது நமது வாழ்வு வெறும் இருத்தலா அல்லது வாழ்தலா என்பது.

வார்த்தைகள் வடிவமைக்கின்றன வாழ்க்கையை

மனைவியின் தொலைபேசி அழைப்பு இடையூறினை தவிர்க்கவும், அவள் அழைத்து தான் பதிலளிக்காவிட்டால் பதட்டப்படுவாள் என்பதற்காகவும் அலுவலக கூட்டம் தொடங்குமுன் மனைவிக்கு குறுஞ்செய்தி ஒன்றை அவசரமாக அனுப்பிவிட்டு கைப்பேசியை மௌனமாக்கினார் சிவா.

‘மீட்டிங்க்... மொபைல் ஆன் சைலன்ஸ்’

அன்றைய கூட்டம் வழக்கத்திற்கு மாறாக சற்று நீண்டு விட்டது. எல்லோரிடமும் விடைபெற்று தனது இருக்கைக்கு வந்து கைப்பேசியை உயிர்ப்பித்து பார்த்தபோது மனைவியிடமிருந்து ஐந்து தவறிய அழைப்புகள். குறுஞ்செய்தி அனுப்பியும் அழைத்திருக்கிறாளே என்று சற்று எரிச்சலுடன் மனைவிக்கு அழைப்பை ஏற்படுத்தினார். வழக்கத்திற்கு மாறான தாமதத்திற்கு பிறகு, முகமன் ஏதுமற்று, கொஞ்சம் சூடாக வந்து விழுந்தன வார்த்தைகள்,

“ஃபோன் பன்னுனா எடுக்க மாட்டீங்களா...?”

இன்னும் கொஞ்சம் சூடாகவே பறந்தன பதில் வார்த்தைகள்,

“ஏன் நீ மெஸேஜ் பார்க்க மாட்டியா...?”

அடுத்த ஐந்து நிமிடங்கள் அரங்கேறிய அனல் பறக்கும் சொற்போருக்குப் பிறகு அழைப்பு ஏற்படுத்தியதின் நோக்கம் நிறைவேறாமலேயே தொடர்பு துண்டிக்கப்பட்டது. அதற்கு பிறகான அந்த நாள் அவர்கள் இருவருக்குமே அமைதியற்ற நாளாகவே அமைந்திருக்கும் என்பதில் ஐயமில்லை.

அன்று மாலை அவர்கள் இருவரும் பரஸ்பரம் மன்னிப்பு கேட்டு, சமாதானமாகிய பிறகு அறிந்துகொண்ட உண்மை; மனைவி அந்தக் குறுஞ்செய்தியைப் பார்த்து இரண்டு மணித்தியாலங்களுக்குப் பிறகு, கூட்டம் முடிந்திருக்கும் என்று அனுமானித்து அழைத்திருக்கிறார். கூட்டம் முடிவடைந்த பின்னும் கணவர் கைப்பேசியை நிசப்த நிலையிலிருந்து மாற்றவில்லை என்று எண்ணி மீண்டும் மீண்டும் அழைத்திருக்கிறார்.

இப்போது இந்த காட்சியில் வார்த்தைகளைக் கொஞ்சம் மாற்றிப் பார்ப்போம்.

மனைவி: “மீட்டிங்க் முடிய லேட் ஆகிறிச்சோ..?” அல்லது

“ஃபோன சைலன்ஸ்ல இருந்து மாத்த மறந்து விட்டீர்களா?” அல்லது

உணர்ச்சிவசப்படாமல் “ஏம்பா ஃபோன் எடுக்கல..?”

இப்படி தொடங்கும் உரையாடல் எப்படி இனிமையாக தொடர்ந்து நிறைவுபெற்றிருக்கும் என்பதை எம்மால் ஊகிக்க முடியும்.

ஆம். வார்த்தைகள் வடிவமைக்கின்றன வாழ்க்கையை.

‘நீங்கள் பேசுவது உண்மை இல்லை’ என்பதும் ‘நீங்கள் பொய் பேசுகிறீர்கள்’ என்பதும் ஏறக்குறைய ஒரே

அர்த்தம்தான். ஆனால் சொல்லப்படுபவரிடம் இவை இரண்டும் இரண்டு விதமான எதிர்வினைகளை ஏற்படுத்தும். பின்னயதைவிட முன்னையதின் எதிர்வினை நிச்சயம் மென்மையானதாக இருக்கும்.

நாம் பிறருடன் வாய்மொழியாகவோ, எழுத்து மூலமோ தொடர்பு கொள்வதன் நோக்கம் எமது கருத்தை அவர்களுக்கு புரியவைப்பது மட்டுமன்றி, அதன் மூலம் நாம் விரும்புகின்ற விளைவைப் பெறுவதும் ஆகும். சரியான விளைவைப் பெற வேண்டுமெனில் சரியான வார்த்தைப் பிரயோகம் அவசியமாகிறது.

இனிய உளவாக இன்னாத கூறல்

கனிஇருப்பக் காய்கவர்ந் தற்று

என்பது நாம் அறிந்த திருக்குறள். இனிய சொற்கள் இருக்கும்போது கடுமையான சொற்களைப் பயன்படுத்துதல் என்பது மரத்திலே பழுத்து தொங்கும் பழங்களை விட்டுவிட்டு காய்களை பறித்து உண்பதற்கு ஒப்பானது என்கிறார் திருவள்ளுவர்.

வார்த்தைகள் வலிமையானவை. அவற்றால் ஆக்கவும் முடியும்; அழிக்கவும் முடியும். அவற்றால் வீழ்ந்து கிடப்பவரை வீறுகொண்டு எழச் செய்து வெற்றி பெறச் செய்ய முடியும். முன்னேற வேண்டும் என்று முயற்சி செய்பவரை முடக்கிப்போடவும் முடியும்.

வார்த்தைகளால் முடியும் உறவுகளை உருவாக்கவும் உருக்குலைக்கவும்.

ஒற்றை வார்த்தையில் உடைந்துபோன இதயங்கள், பிரிந்து போன சினேகங்கள், விலகிப் போன உறவுகள் ஏராளம்.

வார்த்தைகள் மனிதர்களில் மட்டுமல்ல சடப்பொருள்களிலும் எவ்வாறு மாற்றத்தை ஏற்படுத்துக்கிறது என்பதை மாஸாரு எமோடோ என்கிற ஜப்பானிய ஆராச்சியாளர் நிரூபித்துள்ளார். ஒரே அளவான கொள்கலன்களில் சுத்தமான தண்ணீரை நிரப்பி அவற்றில் சிலவற்றிடம் மென்மையான வார்த்தைகளையும், மற்றவற்றிடம் கடுமையான வார்த்தைகளையும் பேசி வந்துள்ளார். சில நாட்களுக்குப் பிறகு அவற்றை உறைய வைத்து நுண்ணோக்கியில் ஆராய்ந்தபோது மென்மையான வார்த்தைகள் பேசப்பட்ட நீரில் அழகான நீர்ப்படிகங்கள் உருவாகியிருப்பதையும், கடுமையான வார்த்தைகள் பேசப்பட்ட நீரில் அவலட்சணமான நீர்ப்படிகங்கள் உருவாகியிருப்பதையும் ஆச்சரியத்துடன் அவதானித்தார்.

தமிழ்நாட்டில் ஆழியாரில் அமைந்துள்ள மனவளக்கலை அறிவுத்திருக்கோயில் வளாகத்தில் மனவளக்கலை பேராசிரியர் முனைவர் எஸ். இலக்குமணன் அவர்கள் நடத்திய ஆய்வுகளின் முடிவுகள் பெருவியப்புக்குரியதாய் அமைந்தன. அவர் ஒரு ஓய்வுபெற்ற வேளான் பூச்சியியல் விஞ்ஞானி மற்றும் அத்துறை பேராசிரியராதலால் தனது ஆய்வினை சரியான விஞ்ஞான முறைப்படி செய்துள்ளார். ஒரே எண்ணிக்கையிலான வெண்டைக்காய் செடிகளை இருவேறு ஒரே அளவிலான பாத்திகளில் நட்டு, ஒரு பாத்தியில் உள்ள செடிகளை தினமும் 'வாழ்க வளமுடன்' என்று வாழ்த்தி வந்துள்ளார். மற்றைய பாத்தியில் உள்ள செடிகளுக்கு வாழ்த்து ஏதும் சொல்லப்படவில்லை. இரண்டு பாத்திகளிலும் உள்ள செடிகளுக்கும் ஒரே விதமான நீர்ப்பாசனம், உரமிடுதல் மற்றும் பராமரிப்பு முறைகள் கையாளப்பட்டன. வாழ்த்து கூறப்பட்ட செடிகள் அதிசயத்தக்க வகையில் மற்றவற்றைவிட 60% வரை

அதிக விளைச்சலைத் தந்தன. இந்த ஆய்வு முடிவுகள் அமெரிக்காவிலிருந்து வெளிவரும் 'ஏன்ஸியன்ட் சயன்ஸ்' (Ancient Science) என்னும் விஞ்ஞான சஞ்சிகையில் பிரசுரிக்கப்பட்டன.

எனவே எமது வார்த்தைகள் சக மனிதரிடம் மட்டுமன்றி, சடப்பொருள்களிலும், தாவரம் ஈறாக மற்ற உயிரினங்களிலும் மகத்தான மாற்றங்களை ஏற்படுத்தும் வல்லமை வாய்ந்தவை.

நேர்மறையான வார்த்தைகள் மனதுக்கு இதமூட்டி, சுகமான சூழலையும், சுமுகமான மனித உறவுகளையும் ஏற்படுத்துபவை. நாமே ஒரு பரிசோதனை செய்து பார்க்கலாம். கண்களை மூடி, தளர்வாக அமர்ந்துகொண்டு, கீழ்வரும் சொற்களை ஒருவர் குறிப்பிட்ட இடைவெளி விட்டு சொல்ல, செவிமடுங்கள்:

வெளிச்சம், தாமரை, பச்சைப் புல்வெளி, பனிமலை, ஆகாயம், அன்பு, பாசம், அமைதி, நட்பு, கருணை.

சில நிமிட இடைவெளிக்குப் பிறகு, கீழ்வரும் சொற்களை செவிமடுங்கள்:

இருள், கருகிய செடிகள், வறண்ட பூமி, பூகம்பம், விபத்து, ஆத்திரம், சண்டை, கொலை, மரணம்.

இப்போது நினைவுபடுத்திப் பாருங்கள். முன்னைய சொற்களையும், பின்னைய சொற்களையும் செவிமடுக்கும்போது உங்கள் மனநிலை எவ்வாறு வேறுபட்டது? இவ்வாறுதானே நமது வார்த்தைகள் பிறர் மனங்களில் தாக்கங்களை ஏற்படுத்தும். இந்தப் புரிதல் நமது வார்த்தைகள் மீதான நமது பொறுப்புணர்ச்சியை அதிகரிக்கும். அதனால் நம்மிலிருந்து வெளிவரும் வார்த்தைகள் நல்லவைகளாகவே இருக்கும்.

ஒருவரைத் திருத்துவதற்காக சொல்லப்படும் வார்த்தைகளில் கவனம் தேவை. அது அவரின் குறையைச் சுட்டிக்காட்டுவதாக அமைந்தால் நமது நோக்கம் நிறைவேறுவது கடினம். பொதுவாக குறைகளை ஏற்றுக்கொள்ளவோ அல்லது ஒரு விடயம் தனக்கு புரியவில்லை என்று ஒத்துக்கொள்ளவோ ஒருவரின் தன்முனைப்பு இடங்கொடுப்பதில்லை. 'நான் சொல்வது உங்களுக்கு புரியவில்லை' என்பதைவிட 'நான் தெளிவாக சொல்லவில்லை என்று நினைக்கிறேன்' என்று தொடங்கும் உரையாடல் நாம் விரும்பும் பலாபலனைத் தரும்.

எதனைப் பேசுவது, எப்படிப் பேசுவது என்பதைப் போலவே எதனைப் பேசக்கூடாது என்பதும் மிக மிக முக்கியம். பெஞ்சமின் ஃப்ராான்க்லின் அவர்கள் சொன்னது போல் "சரியான இடத்தில் சரியான வார்த்தைகளை சொல்வதிலும் கடினமானது எதுவெனில் தூண்டப்பட்ட ஒரு தருணத்தில் தவறானதை சொல்லாதிருத்தல்."

பொதுவாக வாக்குவாதங்களின் போது உணர்ச்சிவசப்பட்டு வார்த்தைகளை வாரியிறைத்து விடுகிறோம். பல வேளைகளில் வாய்த்தவறி சொல்லும் வார்த்தைகள்கூட காலம் பல கடந்தும் மாறாத வடுக்களாய் மனதிலே தங்கிவிடுவதுண்டு. பிறர் தவறு செய்யும்போது நீதிபதியாகவும், நாம் தவறு செய்யும்போது வக்கீலாகவும் நாம் ஆகி விடுகிறோம். நம்மை நியாயப்படுத்த எவ்வித வார்த்தைகளையும் பயன்படுத்தி, எந்த எல்லைக்கும் செல்லத் தாயாராகிவிடுகிறோம். பல வேளைகளில் வெற்றியும் பெற்றுவிடுகிறோம். ஆனால் அந்த வெற்றிக்கு நாம் கொடுத்த விலை மிக மிக அதிகமென்பதை பிறகு உணர்கிறோம். பெரும்பாலும் அப்போது காலம் கடந்துவிட்டிருக்கும்;

உறவுகளில் சீர்படுத்த முடியாத சேதம் விளைந்திருக்கும். வாதங்களில் வென்று உறவுகளை இழப்பதால் என்ன பயன்?

நாம் யார் என்பதை நமது வார்த்தைகளே உலகுக்கு உணர்த்துகின்றன. கிரேக்கப் பேரரசரும், தத்துவஞானியுமான மார்கஸ் ஒரீலியஸ் சொன்ன கூற்றொன்று 'ஒவ்வொரு செயலைச் செய்யும்போதும் இதுவே உங்கள் வாழ்க்கையின் கடைசி செயல் என்று நினைத்து செய்யுங்கள்' எனபதாகும். இதனயே கொஞ்சம் மாற்றி 'ஒவ்வொறு வார்த்தையைப் பேசும்போதும் இதுவே நமது கடைசி வார்த்தை' என்று நினைத்துப் பேசினால் வார்த்தைகள் நமது வாழ்க்கையை அழகானதாய், அர்த்தம் மிக்கதாய் வடிவமைக்கும்.

www.ingramcontent.com/pod-product-compliance
Lightning Source LLC
LaVergne TN
LVHW101944220826
846093LV00006B/100

9781639404797